நினைவின்
இழையில்
அலையும்
நிழல்கள்

ரவிசுப்பிரமணியன் (பி. 1963)

கும்பகோணத்தில் பிறந்த ரவிசுப்பிரமணியன் எண்பத்து இரண்டில் எழுதத்துவங்கி கவிதை, கட்டுரை, சிறுகதை, என தொடர்ந்து எழுதி வருபவர்.

தன் இலக்கியப் படைப்புகளுக்காக, தமிழக அரசு பரிசு (1993), திருப்பூர் தமிழ்ச் சங்க விருது (1996), சிற்பி இலக்கிய விருது (2015), தி.க.சி. இயற்றமிழ் விருது (2017), மா. அரங்கநாதன் வாழ்நாள் சாதனை இலக்கிய விருது (2018), தஞ்சை ப்ரகாஷ் கவிதை விருது (2018), ஆனந்தாஸ் எம்.பி. ராதாகிருஷ்ணன் கலை இலக்கிய விருது (2019) போன்ற விருதுகளைப் பெற்றுள்ளார். இந்த ஆண்டு (2020) முதல் தஞ்சை தமிழ்ப் பல்கலைக்கழகத்தின் மதிப்புறு இலக்கிய ஆளுமையாகவும் பணியாற்றி வருகிறார்.

சாகித்ய அகாடமியின் ஆலோசனைக் குழு உறுப்பினராக இருந்த இவர் இப்போது சில இலக்கிய விருதுகளின் நடுவர் குழுவிலும் அங்கம் வகிக்கிறார். இந்திரா பார்த்தசாரதி, மா. அரங்கநாதன், ஜெயகாந்தன், டி. என். ராமச்சந்திரன், திருலோக சீதாராம் போன்ற இலக்கிய ஆளுமைகளைப் பற்றிய ஆவணப்படங்களை இயக்கி உள்ளார். அவற்றில் சில, அமெரிக்க மற்றும் இங்கிலாந்து நாடுகளின் கல்விப்புல அங்கீகாரம் பெற்றுள்ளன. தற்சமயம் திரைப்பட இயக்குனர் கே. பாலச்சந்தர் பற்றிய ஓர் ஆவணப்படத்தையும் இயக்கி வருகிறார். தமிழில் ஐம்பதுக்கும் மேற்பட்ட புதுக் கவிதைகளுக்கும் மற்றும் பதினைந்துக்கும் மேற்பட்ட சங்கத் தமிழ்ப் பாடல்களுக்கும் மெட்டமைத்து இலக்கிய மேடைகளில் பாடியும் வருகிறார்.

மின்னஞ்சல் : ravisubramaniyan@gmail.com
விக்கிப்பீடியா சுட்டி : https://ta.wikipedia.org/s/436u

நினைவின் ஆழியில் அலையும் கயல்கள்

ரவிசுப்ரமணியன்

போதி வனம்

நினைவின் ஆழியில் அலையும் கயல்கள் (கவிதைத் தொகுப்பு) ஆசிரியர்: **ரவிசுப்பிரமணியன்** ■ உரிமை: ஆசிரியருக்கு ■ அட்டை வடிவமைப்பு: சு. கதிரவன் ■ பின்னட்டை ஓவியம்: பச்சைமுத்து ■ தலைப்பெழுத்து: இரா. பிரபாகர் ■ மெய்ப்பு திருத்தம் - நன்றி: கவிஞர்கள் ஆர். ராஜகோபாலன், கார்த்திகா முகுந்த், மொழிபெயர்ப்பாளர் அரும்பு சுப்ரமணியன் ■ முதல் பதிப்பு: அக்டோபர் 2020 ■ வடிவமைப்பு: ராகாஸ் ■ வெளியீடு: போதி வனம், அகமது வணிக வளாகம், 12/293, இராயப்பேட்டை நெடுஞ்சாலை, இராயப்பேட்டை, சென்னை - 600 014. ■ தொலைபேசி: 91 - 98414 50437 ■ மின்னஞ்சல்: bodhivanam@ gmail.com ■ பக்கங்கள்: 132

Ninaivin Aazhiyil Alaiyul Kayalgal, Poems, Author : Ravisubramaniyan, © Ravisubramaniyan, Language : Tamil, First Edition, October 2020, Wrapper Design: S. Kathiravan, Back wrapper painting: Pachaimuthu, Title Letter: R. Prabakar, Proof reading courtesy: Poets R. Rajagopalan, Karthika Mukundh, Translator Arumbu Subramaniyan, Pages 132, Published By Bodhi Vanam, Ahmed Complex Ground Floor, 12/293, Royapettah High Road, Royapettah, Chennai - 600 014, India. Phone : 91 – 98414 50437, Email.bodhivanam@ gmail.com

ISBN : 978 - 93 - 80690 - 75 - 9

விலை ரூ. 150/-

நீதியரசர். அரங்க. மகாதேவன்
அவர்களுக்கு

பொருளடக்கம்

1.	நாத வெளி	17
2.	அனுபூதி	19
3.	அந்த நாள்	21
4.	சொற்களாய் தேங்கிய போதனைகள்	22
5.	திருவிளையாடல்	24
6.	மென் முறுவல்	26
7.	தத் தரிகட தத் தரிகட தத்தோம்	29
8.	பிராய நதி	32
9.	அண்மை	34
10.	மன்னிப்புகளால் உய்ந்திருக்கிறது உலகு	35
11.	பேறு	38
12.	தற்செயல்	39
13.	இம்சை	40
14.	வாழ்வே	41
15.	மௌவல்	44
16.	பெருந்திணைக்காரி	45
17.	கவிழ்ந்துகிடக்கும் தானியக்குதிர்கள்	47
18.	சேந்தன்	49
19.	தரிசனக் கணங்கள்	51
20.	இந்த மழைக்கு என்ன அர்த்தம்	53
21.	ஊமையின் வலி	55
22.	நீண்ட பயணத்தின்	57
23.	தொலைவு	58
24.	லபித்தல்	60
25.	நிலை	61

26.	மூழ்கல்	63
27.	மீட்பரில்லா இடர்	64
28.	உறுதி	66
29.	தளும்பும் கணம்	67
30.	வந்துவிட்டாய்	69
31.	பகிரத்துடிக்கும் பாடல்	71
32.	அவமானம்	72
33.	சித்திரத் தையல்	73
34.	என்னினிய டயனோசர்	76
35.	ரூபம்	78
36.	சலிப்பாயிருக்கிறது	79
37.	பரிமாற்றம்	80
38.	புரிதல்	81
39.	கௌவை	82
40.	விழைவு	83
41.	மனசு	85
42.	உறுதி செய்யா அவதூறு	86
43.	ஒளி	87
44.	நற்குறிப்பு	88
45.	தெளிவு	90
46.	கதி பிசகிப் பின் சேர்ந்தது	92
47.	இயலாமை	95
48.	பல்லாண்டு	96
49.	ஈஸ்வர் அல்லா தேரே நாம்	99
50.	எண்ணுவம் என்பது	101
51.	நீர்மை பருகிய நிலமாகி இளகு	103
52.	உனை	105

53.	விலக்கு	106
54.	தந்தையென்று ஒரு நாய்	108
55.	பாசம்	110
56.	அனுமானத்துக்கப்பால்...	111
57.	உதாசீனம்	113
58.	பிணக்கு	114
59.	கனம்	116
60.	அவர்கள் விரும்பியதுதான் நடந்தது	118
61.	வருகை	120
62.	சாஸ்வதம்	121
63.	சம்ஹார தருணம்	123
64.	சீதனம்	125
65.	அதுவான தருணம்	127
66.	பிரகார வெளியில் உ	129

அலையும் கயல்கள் குறித்து

"ஆண்டுகள் சிலவாய்
ஏரியில் மிதக்கும் இலையென
மிதக்கையிலும் எதற்கிந்தக் கீறலெனத்
தெரியவில்லை"

இந்தப் பிரபஞ்சத்தில் நான் யார் என்ற வாழ்வின் தத்துவ விசாரங்களைக் கிளறும் ஒரு சொல்லோ, பல்தள அர்த்த விஸ்தீரணத்தைத் தந்துவிடுகிற ஒரு கவித்துவ வார்த்தையோ, அபூர்வ வாகில் பிடிபட்டுவிடுகிற ஒரு படிமமோ அகப்பட்டுவிடுகையில், அது தருகிற உத்வேகமே உந்தித் தள்ளி மேலும் மேலும் என்னை எழுத வைக்கிறது.

அவரவர் வழியில் கவிதையைத் திறக்கையில் இன்னொரு தரிசனம் - கிடைக்கிற சாமுத்ரிகா லட்சணம் ஒன்றில் - வாய்த்து விடுகையில் அது தரும் சந்தோஷத்துக்கு அளவேது! ஒரு வகையில் வாசகன் அவனையே திறந்துகொள்ள நாம் தருகிற வாய்ப்பல்லவா அது!

பார்க்கும் காட்சி, படிக்கும் விஷயம், சில சமயம் கேட்கும் ஓர் ஒற்றைச் சொல், பல சமயம் நண்பர்கள் பகிர்கிற விஷயங்கள், கிளர்த்தும் கானங்கள், சில சந்தோஷத் தருணங்கள், விச்ராந்தியான மனோ நிலை, தன்னெழுச்சி யாக சிலவேளை, தாளாத வலி இவையே என்னைப் பெரும்பா லும் எழுத வைத்துள்ளன. ஒரு தலைப்பில் ஒன்றை எழுதிவிட வேண்டும் என்று உடனே உட்கார்ந்து சரசர வென என்னால் எழுத முடிந்ததில்லை. எது ஒன்றினாலும் உள் வாங்கும் உணர்வு என்னுணர்வாய் மாறுகையில் கவிதை தானே வெளிப்பட்டுவிடும்.

பொதுவாய் கவிதைகளை வாசித்தும் சிந்தித்தும் அவைகளுக்கு மெட்டமைத்தும் வந்தாலும்கூட கவிதை களை எழுதிக் குவிக்கிறவனில்லை நான். கொஞ்சம் காத்திருப்பவன்தான். 1982இல் ஆரம்பித்து 38 ஆண்டுகளாக கவிதைகள் எழுதிக்கொண்டிருக்கிறேன். 1990இல் துவங்கி

சராசரியாய் 1995, 2000, 2006 என்று ஐந்தாண்டு இடை வெளிகளில் கவிதைத் தொகுப்புகள் வந்துகொண்டு இருந்தன. சற்றே நீண்ட இடைவெளிக்குப் பின் 2017இல் பத்தாண்டு களுக்குப் பிறகே ஐந்தாவது தொகுப்பு வந்தது. இப்போது 2020இல் வரும் இந்த ஆறாம் தொகுப்பு முந்தைய கால இடை வெளிகளைக் கடந்து மூன்றாண்டுகளுப்பிறகு உடனே வருகிறது.

சிருஷ்டியின் சூட்சும ரகஸியங்கள் அவ்வளவு எளிதாய் புரிபட்டுவிடுமா என்ன? 2018, 2019, 2020 ஆம் ஆண்டுகளில் மட்டும் இருநூற்றுக்கும் மேற்பட்ட கவிதைகளை இதுவரை எழுதியுள்ளேன். எழுத ஆரம்பித்த இத்தனை ஆண்டுகளில் இப்படி நான் பூத்ததில்லை. ஒரு வேளை இப்படிச் சொரிவதற்காகத்தான் இவ்வளவுமோ? இத்தனைக்கும் கையில் இருந்த முதல் நூறு கவிதைகளில் முப்பத்து ஐந்து கவிதைகளை உதவாதென நீக்கியபின் அறுபத்து ஐந்து கவிதைகள் மட்டும் இந்தத் தொகுதியில் இடம் பெறுகின்றன. இவ்வளவு எண்ணிக்கையிலும் இதுவரை எனது எந்தத் தொகுதியும் வரவில்லை.

சமூகம், மேவல், உறவுகள், சில அபூர்வ தனி மனிதர்கள், சக மனுஷிகள் சார்ந்த கரிசனங்கள், சுய விசாரணை, இயலாமை, இயற்கை இப்படிப் பல பிரிவுகளில் இதில் கவிதைகள் உள்ளன. மற்ற தொகுப்புகளைப்போலவே இந்தத் தொகுப்பிலும் கோயில், இசை போன்ற விஷயங்கள் தனித்தன்மையோடு இடம்பெற்றுள்ளன. என் கவிதைகளில் ஒருவித இசைத்தன்மை இயைந்து வருவதை விரும்பு வேன். சங்கீதம் சார்ந்த நாட்டத்திலிருந்து தோன்றும் அவா அது. இசை தரும் அனுபூதிக்குப் பக்கத்தில் கவிதையை நிறுத்தவே முயன்றுகொண்டு இருக்கிறேன். இதில் உள்ள அகக் கவிதைகள் இந்த மூன்றாண்டுகளில் வெவ்வேறு சூழலில் எழுதப்பட்டவை. ஆனால் அதைக் காலம் மாற்றித் தொகுக்கையில் அதன் ஒழுங்கமைவில் ஒரு அழகான சிறுகதை காணக் கிடைக்கிறது.

சமஸ்கிருதச் சொற்களை நான் சில கவிதைகளில், உரை நடையில் பயன்படுத்துகிறேன் என்ற புகாரில் ஓரளவு உண்மை இருக்கத்தான் செய்கிறது. ஆனால், அதை என்னால் தவிர்க்க இயலவில்லை. சிறு வயதில் - கோயில்கள் நிறைந்த கும்பகோணத்தில் - அவை சூழ்ந்த வாழ்வு எனக்கு. அங்கு கேட்ட மந்திரங்கள், ஸ்லோகங்கள், பிரவசனங்கள், பிராமண சகவாசங்களால் சமஸ்கிருதம் என்னுள் இயல்பாய் படிந்துவிட்டது. யோசிக்கும்போதே அப்படித்தான் வருகிறது. இன்னொன்று ஒரு சில சொற்கள் தரும் புஷ்டியோ, அது தரும் நாதத்துக்கு ஈடான சொல்லோ, எனக்குத் தமிழில் கிட்டவில்லை. குறிப்பாய் அந்த கிண்ணென்ற ஒலி. இதெல்லாம் என் போதாமையாய்க் கூட இருக்கலாம். அதனால் நான் தமிழ்இன விரோதி அல்ல. நம் மொழி முன்னோர்கள் தமிழையும் சமஸ்கிருதத்தையும் இரு கண்களாகப் பாவித்து வந்தமைக்கு ஏராள இலக்கியச் சான்றுகள் நம்மிடையே உண்டு. தமிழில்தான் எழுதுகிறேன். நல்ல தமிழில் எழுதவே ஆசைகொள்கிறேன். அற்புதமான சங்கச் சொற்கள் என் கவிதைகளுக்குள் வருவதும் தன்னியல்பில்தான். சங்கச் சொற்களோ தேவார திருவாசக பாசுரங்களில் வருகிற சொற்களோ மற்றும் கம்பன் பயன் படுத்திய ஒரு சொல்லோ கவிதைக்குள் வந்து விழுவது சாதாரண நிகழ்வல்ல. அததற்கு ஒரு பின்னணி, வாழ்வு, கலாச்சாரக் கூறு, அழகு என்று எவ்வளவோ உள்ளன. அதனுள் புழங்கித் தோயாமல் அப்படி அது சிந்தையில் தோன்றுவதும் சாத்தியமல்ல. அதனால் உள்ளடக்கத் தாதுவைப் பாருங்கள் என்று தான் நான் அதற்குப் பதில் சொல்ல வேண்டியிருக்கிறது.

பாரதிக்குப் பிறகு பிச்சமூர்த்தி பாணி, பாரதிதாசன் பாணி என்ற இரு போக்குகளையே இன்று வரை கவிதையில் கொள்கிறோம். ஆனால் எந்த கவிதைப் பாணியாய் இருந்தாலும் கவித்துவத்தையே நாம் பிரதான அம்சமாகக் கருதி வந்திருக்கிறோம். மற்றவை தோன்றிய வேகத்தில் உதிர்ந்து மறைவதையும் கண்ணுருகிறோம்.

கவிதை பொன்மொழி போல ஒரு வார்த்தையில் வரையறை செய்துவிட முடிகிற வஸ்து அல்ல. அது ஒன்றுக்கு மட்டுமே சார்பானதும் அல்ல. அது உங்களுக்கு உவப்பாகவோ உவப்பில்லாமலோ ஒரு பொதுவான உண்மையைப் பகர்வது. கவிதையில் கடந்து வந்துவிட்டோம் என்றோ, முடிவு கண்டுபிடித்துவிட்டோம் என்றோ ஒரு விஷயமும் இல்லை. நம் வாழ்வின் சில தருணங்களை, தனிப்பட்ட அனுபவங்களை, கவித்துவமான இலக்கிய ஆக்கமாய் உருமாற்றி எல்லோர்க்கும் பொதுவானதாய் உணர வைக்க முயல்கிறோம். அது நிலைப்பதும் மறைவதும் காலத்தின் கைகளில்!

கொள்கை, கோட்பாடுகள் எதுவும் மாறலாம். அடிப்படை இலக்கிய அம்சம் என்பது ஒருபோதும் மாறப்போவதில்லை. அதை நோக்கியே நம் பனுவலாக்கம். அந்தப் பனுவல்கள் மூலம் நம்மை, சக மனிதனை உன்னத நிலைக்குக் கொண்டு செல்வதே அதன் நோக்கம். இந்தவிதக் கருதுகோள்களோடும் இன்று நவீன கவிதைகள் எத்திசையில் செல்கின்றன என்ற கவனிப்போடும் நிகழ்வதுதான் என் எளிய கவிதைச் செயல்பாடு. “தெளிவுறவே அறிந்திடுதல், தெளிவுதர மொழிந்திடுதல் சிந்திப்பார்க்கே” என்ற பாரதியின் கவிதைவரி நினைவுக்கு வரும் இக்கணத்தில் இந்தக் கட்டுரையை முடித்துவிடுதல் உசிதமென்று கருதுகிறேன்.

ரவிசுப்பிரமணியன்

16. 8. 2020, ஞாயிறு

இரவு 10 : 09

நாத வெளி

தொடுவானில்
செவ்வரக்கு மேகங்கள் ஒளி மறைத்து விளையாட
மதில் பிளந்த அரசமரத்துப் பறவைகள்
ஓசையின்றி கற்கோபுரச் சிலைகள் பார்க்க
மெலிதாய் ஓதுவார் குரல் ஒலிக்க
பிரகார மண்டபத்திலிருந்து
விரவிப் பரவுகிறது நாதஸ்வர சுநாதம்

சஹானாவின் குழைவுகளில்
துடிதுடிக்கும் சந்நிதிச் சுடர்கள்
பித்தேறிய உணர்வெல்லாம் பேசுகிறது
சங்கதிகளில்

பெருகிய நாதவெளியை
எல்லோரும் கடந்து போகிறார்கள்
பேச்சுக்கும் சிரிப்புக்கும்
குறைவில்லை

கண் மூடிக் கிறங்கி வாசித்தவர்
இமைகள் திறக்கையில்
சிற்பத்திலிருந்து வெளிவந்த பதுமையென
மலர்ச்சரத்தின் சுகந்தம் வீச

மண்டபத்தூணில் சாய்ந்தபடி
எதிரே அமர்ந்திருந்தாள் பதின்மள்
இசை பயிலும் அவள்
வாசிப்பின் முடிவில்
பிரமாதமென சைகை காட்டி
வியப்பு நலுங்கும் கண்களோடு
பணிந்தொரு வந்தனம் செய்தாள்
நாதஸ்வரக்காரரைப் பார்த்து

நெகிழ்வில்
பேச்சற்று வணங்கிய அவருக்கு
ஒரு மாதத்துக்குப் போதுமானதாய் இருந்தது
அது

அனுபூதி

புங்கை மரங்களடர்ந்த
கோவில் குளக்கரையில்
வெய்யில் படர்ந்த மாலையில்
கரைகின்றன சில காகங்கள்

நாய்கள் இரண்டு ஓடித் திரிய
கழுத்து மணி கட்டிய பசுக்கள் மேய
சில ஆடுகளும் கோழிகளும்

இடுப்பில் நீள் காவித்துண்டுடன்
தலை நரைத்த நடுவயதினன்
நெற்றியில் கைகளில் மார்பில் விபூதியுடன்
கோவிலின் பிரகாரத்தூணோரம் சம்மணமிட்டு
சஷ்டிக்கவசம் பாடுகிறான் கண்மூடி

சில வரிகளில் கண்ணீர் கசிய
ஓரிரு இடங்களில் புன்முறுவல்
சிலதில் சன்ன முகச்சுளிப்பு
சட்டென மௌனம் நிலைத்து வாட்டும் ரேகைகள்
விதவிதமாய் நிழலாட தொடர்கிறான் மறுபடி
வள்ளி மணாளனின் காதுகள் எட்டும் வரை
பாட சங்கல்பமோ

சற்று பலமான காற்றில்
பறந்துவந்த பழுத்த இலைகள்
தரை சேர்கின்றன
அவன் முகமுரசி

யாருமற்ற தனிமையெனக் கொண்டு
உணர்வுகள் பிரதிபலிக்க
விழி திறக்க விடாமல்
அவனைப் பாட வைப்பது எது

எதிர்த் தூணில் சாய்ந்தபடி காத்திருக்கிறேன்
ஏதும் கேட்பதற்காக இல்லை
தொன்னைகளில் இருக்கும் பிரசாதங்களை
அவன் கைசேர்க்க

அந்த நாள்

கடைசியில் நான்தான்
கொள்ளி வைக்க நேர்ந்தது
பெற்றவளுக்கென கடைசியாய்
பெருங்குரலெடுத்த அழுகையோடு

வாழ்நாள் முழுக்க பாராததுபோல்
என் முகத்தில் வழிந்த கண்ணீரையும்
அவள் பார்க்க வாய்ப்பில்லை

என்னிடம் மட்டுமேன் இப்படியென்ற
புதிருக்கு யார் இனி
விடை சொல்ல முடியும்

இருந்தவரை மகா இடர் தந்து
துயர்க் கணங்கள் சரித்த
பௌதீக சரீரம் இனி இருக்காதென்பது
விடுதலையாக இல்லை

பனிக்குடத்தில் தாங்கியவளை
எப் பிறப்பில் காண்பேன் இனி
என்றேதான் தோன்றிற்று

மயானத்தில் எரிந்தபோது
தகப்பன் இறந்த நாளில்
அருகிருத்தித் தாடைபிடித்துக் கலங்கியது மட்டும்
மறுபடி மறுபடி ஞாபகத்தில் வந்தபடி இருக்க
மெலிதாய் குலுங்கிற்றதென் தேகம்

சொற்களாய் தேங்கிய போதனைகள்

ஐந்தாண்டுகள்
ஒன்றாய்ப் படித்தோம்
நானும் கணேசனும்

மரபுகளில்
சடங்குகளில்
அர்த்தமுண்டு
இயன்றவரை இயற்கையோடு இயையுங்கள்
வேர்களைக் கைவிடாதீர்கள்
வீட்டு நடுவில் முற்றத்தை வைத்த
நம் முன்னோர்கள் ஒன்றும்
முட்டாள்கள் இல்லை
இப்படிப் பலதும் சொல்வார்
தமிழாசான் குமார வரதர்

எல்லாம் இழந்து
மாநகரின்
வாடகைக் குடியிருப்புக்கு வந்தபின்
என்ன வைக்க முடியும்
வாசலில்

மூங்கிலோ ஆலோ பூவரசோ
முளைக்காது

கிளுவை கிளேரி போத்துக்கள்
நட முடியாது

சுரை பரங்கி பாகை புடலையென
விதையிடல் சாத்தியமில்லை

ஆட்டுப்புழுக்கைக்கும்
பசுஞ்சாணக் கரைசலுக்கும்
வேப்பம் புண்ணாக்குக்கும்
குப்பை எருவுக்கும் வாய்ப்பில்லை

கையகல நிலத்தில்
பப்பாளியும் மல்லிகையும்
ஒரு பக்கம்

குரோட்டன்ஸூம்
மணி பிளான்ட்டும்
மறு பக்கம்

நான்தான் இப்படியென்றால்
பாரீஸ் போன கணேசன்
அலைபேசிப் பதிவில்
மந்திரம் கேட்டபடி
தனியாளாய்த் திதி தந்து
ஆர்டர் மீல்ஸ் சாப்பிடுகிறேன்
என்கிறான்

இதுவும் இன்னும்
எவ்வளவு காலமென்று
தெரியவில்லை

திருவிளையாடல்

தொடர்வண்டியில் ஏறிய சில வினாடிகளுக்குள்
விதியின் முன் தண்டனிடாத
சீர்குலைந்த வாழ்வொன்று
ஆலயமணியின் ஓசையை
நான் கேட்டேன் எனப் பாடி
கிண்ணத்தைக் குலுக்குகிறது

சில இரக்கங்கள்
அதில் விழுகின்றன

சில அலைபேசிக் குனியல்கள் தலையுர்த்தி
மீண்டும் தாழ்கின்றன

இலகும் மாலைப் பொழுதினிலே
என் இறைவன் வந்தான் தேரினிலே
ஏழையின் இல்லம் இதுவென்றான்
இரு விழியாலே மாலையிட்டான் என்ற
கடைசி வரியை மட்டும் அழுத்தி அழுத்தி
மூன்று முறை பாடுகிறாள்

வண்டியின் வேகக்குலுக்கல்
சுதியைக் கலைக்கிறது

எவ்வளவு கூட்டத்திலும்
அசூயை கொள்பவர்கள் மத்தியிலும்
குச்சியால் துழாவி
இயல்பாய் நடக்க முடிகிறது அவளால்

நிறுத்தங்களின் பொழுது
மனக்கணக்கில் சமன் செய்து நிற்கிறாள்

கனவான் ஒருவர் நூறு ரூபாய் போட்டார்
தடவிப்பார்த்ததும் பிரகாசத்தோடு
ஒரு கும்பிடு போட்டாள்
வந்த திசையறியாது

இன்றைய விளையாட்டை
இத்துடன் முடித்துக்கொண்ட கடவுள்
அடுத்த நிறுத்தத்தில்
இறங்கி நடந்தார் இயல்பாய்

மென் முறுவல்

இன்னும் சோம்பலில் எழாக் காலையை
மாதாகோயில் மணிஅடித்து உசுப்புகிறது

பூக்களின் வாசனையை
அடிவயிற்றில் மறைத்துவைத்திருக்கும்
மரத்தடியில் படுத்திருந்த
பள்ளிக்குச் செல்லா அநாதைப் பிள்ளை
ஆழ்ந்த உறக்கம் கலைந்து
முகம் துடைத்துக் கொள்கிறான்
அழுக்குச் சட்டையை மேலுயர்த்தி இழுத்து

விரித்துப் படுத்திருந்த
வினைல் போஸ்ட்டரையும்
போர்த்தி இருந்த பழைய துணியையும்
சுருட்டி வைக்கிறான் எட்டா மரக்கிளையில் ஏறி

வீசியெறிந்து நசுங்கிய
பிளாஸ்டிக் பாட்டிலில் சேகரித்த
தண்ணீரைக் கொஞ்சம் கொப்பளித்துத் துப்பிவிட்டு
சிறிது குடிக்கிறான்

தன் சாக்கோடு
தாள்களும் நெகிழிகளும் பொறுக்கப் புறப்படும்
அவனுக்கு
வழியில் சாலையோரம் பழம் விற்கும் கிழவி
அழுகலுக்கு முந்திய சில கொய்யாப்பழங்களை
அன்பளிக்க
சற்று பசி அடங்கிய கையோடு வேகம் கொள்கிறது
நடை

விசும்பலில் துடிக்கும் வாழ்வை
ஊசிக் கம்பு கொண்டு குத்திக் குத்தி எடுத்து
சாக்கில் போட்டுக்கொள்கிறான்

இரு சக்கர வண்டியின் பின்னால் அமர்ந்து சென்ற
போலீஸ்காரன்
போகும் வேகத்தில் அவன் கெண்டைக்காலில்
காரணம் ஏதுமின்றி
சுளீரென்று பிரம்பால் அடித்துப் போகிறான் சிரித்தபடி

அப்படியே மடங்கி அமர்ந்து
அம்மாவென முனகிக் காலைப் பிடித்துக்கொள்ள
கண்ணீர் துளிர்க்கிறது

வேதனையின் களிம்பாய்
தெருநாய் ஒன்று ஓடிவந்து அருகில் பார்க்கிறது

வெறுப்பால் உமிழப்படும் பார்வைகளுக்கு மத்தியில்
வீங்கிய காலைக் கெந்தியபடி புகுந்து நடந்து
மறுபடி குத்திக் குத்தி சேகரிக்கிறான் நாள் முழுதும்

ஒரு கடையின் வாசலில் ஓரத்தில் நின்று
தன் கால் சட்டைப்பையிலிருக்கும்

சிறு குவளையை எடுத்து நீட்டி
வாங்கிப் பருகுகிறான்
காசுக்கு ஊற்றிய தேநீரை

கோவில் யானையின் பாகனும்
அங்கே தேநீர் அருந்த
யானை அவனை நோக்கி துதிக்கை நீட்ட
அதன் ஈரநுனி அவன்மேல் பட்டதில்
இதழோரம் மென்முறுவல்

மற்றபடி எந்த அற்புதங்களும் நிகழாது
அந்தியில் முடிந்த இந்த நாளையும்
சுமந்து செல்கிறான் தன் உரச் சாக்குப் பையில்

வெடிபடும் அண்டத்து
இடிபல தாளம் போட- வெறும்
வெளியில் இரத்தக்
களியொடு பூதம் பாடப் - பாட்டின்
அடிபடு பொருள் உன்
அடிபடும் ஒலியில் கூடக் - களித்து
ஆடுங் காளீ!
சாமுண் டீ! கங்காளீ!
அன்னை! அன்னை!
ஆடும் கூத்தை
நாடச் செய்தாய் என்னை

சக்தி பேய்தான்
தலையொடு தலைகள் முட்டிச் - சட்டச்
சடசட சட்டென்று
உடைபடு தாளம் கொட்டி - அங்கே
எத்திக்கினிலும்
நின் விழி அனல் போய் ஒட்டித் தானே
எரியும் கோலம்
கண்டே சாகும் காலம்,
அன்னை! அன்னை!
ஆடும் கூத்தை
நாடச்செய்தாய் என்னை

ஊழிக்கூத்து - பாரதி

தத் தரிகட தத் தரிகட தத்தோம்

வெறிதிமிர்த்த வேட்கையின் முன்
நிராதரவாய் ஓலமிடுகிறது
அபயம் வேண்டும் குரல்
பயத்தில் அதிர்ந்து

கோரப்பற்களின் மினுக்கத்தில்
சிதறுண்ட நம்பிக்கை
பம்மிப் பம்மிப் பதறுகிறது

சிறகசைக்கும் வேளையில்
முள் வலையில் சிக்கி முனகும்
உன் மீச்சிறு செருமல்
நெஞ்சை அறுக்கிறது

அணில்கள் தாவும் மர நிழலில்
பறவைகளின் கீதங்கள் கேட்டபடி
காற்று உதிர்க்கும் பூக்கள் சிதற
தலை உணர்த்திப்
பாடிக்கிடக்க வேண்டிய வயதில்
என்ன நேர்ந்தது மகளே உனக்கு

பளுவேறி உறக்கம் சிதைக்கும்
இவ்வலிக்கு என் செய்வேன்

உன் தவறேதும் இல்லை
உடல் நடுங்கி மனம் குன்றி
சஞ்சலம் கொள்ளாதே
தூய மெல்லுடல் உனது
மறுபடி ஏன் உமிழ்ந்த சளியைப்
பார்த்துக்கொண்டிருக்கிறாய்
தரை கிடக்கும் மீனின் கண்களென
அனாந்திரத்தில் வெறிக்காதே
வீறிடும் நினைவறு
துர்பொழுதின் கனங்களை உதறு

ரௌத்திரக் காளியாகு
சூலத்தால் குடல் கிழித்து வதம் செய்

தத் தரிகட தத் தரிகட தத்தோம்
தத் தரிகட தத் தரிகட தத்தோம்

கொந்தளிப்பைத் திருகி எறி
அலறி ஓடட்டும்
பற்றி எரியட்டும் அந்த நாசகாரன்கள்

தத் தரிகட தத் தரிகட தத்தோம்
தத் தரிகட தத் தரிகட தத்தோம்

போதும் வா
சமனம் கொள்

இந்தா
இந்த ஆறுதலைப் போர்த்திக்கொள்

சல்லிசல்லியான மனம் தேற
உன் கைகளைப் பற்றிக்கொள்கிறேன்

வெளியேறும் கதவின் வழி
இதோ தெரிகிறது பார்
மூர்க்க வக்கிரன்களின் காமத்தால்
மிகு வெக்கையான
இவ்விடத்தைக் கடந்துவிடலாம்

நதியின் குளிர்மையுடன்
கதிரொளி மினுங்கும்
அழகியதொரு நிலம் அங்கே
உனக்கென செழித்துகிடக்கிறது வா

பிராய நதி

காற்றின் கிளர்வுக்குத் தலையாட்டும் தருக்கள்
சருகுகளும் பூக்களுமாய் இறைக்கின்றன
வெளிப்பிரகாரத்தில்
காற்றாட அமர்ந்திருந்தபோது

பிரார்த்தனைக்கு
வருவோரும் போவோரும் செல்லும் பாதையொட்டி
சற்றே தூரத்தில் அமர்ந்திருக்கின்றனர்
தொங்கட்டான் அணிந்த தோழிகள் இருவர்
ஒரே வண்ணத்தில் பாவாடை தாவணியணிந்தபடி

விழிவிரிவுக் கதைகளும்
விரலசைவுகளும் சிரிப்பும்
ஆடாத அபிநயங்களும்
செல்லத் தட்டல்களில் ஒலிக்கும்
வளையோசையுடன்
அழகொளிர நிகழ்கிறது உரையாடல்
சூழலின் பிரக்ஞையற்று

மதிக்கவியலா நகையைச்
சூடிக்கொண்டிருக்கின்றனர்
பொழுதுக்கு

வயதான ஒருத்தி தாளாமல்
முகம் திருப்பி அமர்ந்திருக்க
சாம்பல் பூத்த வெளிச்சத்தில்
பிறைநிலா குனிந்து பார்க்க
போய்க்கொண்டிருக்கிறது அந்தி
மெல்ல அசைந்து அசைந்து

கோபுரத்திலடைகின்றன
இணைபுறாக்கள்

கல்திண்டின் சாய்மானத்தில் சாய்ந்தபடி
தெய்வமே இந்த பிராயத்தின் குதூகலங்கள்
இப்படியே நிலைக்கட்டுமென
சேர்த்துக்கொண்டேன்
மேலும் ஒரு பிரார்த்தனையை

அண்மை

பல ஆண்டுகள் கழித்து
ஊர் எல்லைக்குள் நுழைந்ததும்
ஆளற்ற பொட்டலின் வேகாத வெய்யிலில்
எல்லோரும் கைவிட்ட பித்தனைப்போல்
தாறுமாறான கிளைகளுடன் மடங்கி வளர்ந்த அந்த
மரம்
தன்னந்தனியே நின்றது
என்னவோ போலிருந்தது

பறவைகளுமற்ற அதனருகில்
ஆறுதலாய் கொஞ்ச நேரம் சாய்ந்து நின்றேன்
அப்படியொரு சந்தோஷம்

மன்னிப்புகளால் உய்ந்திருக்கிறது உலகு

அவ்வளவு ஆசையுடன் தந்த
திருப்பித்தர வேண்டிய
அந்த இசைக் கோர்வையை
எங்கோ ஞாபகப் பிசகாய்த் தொலைத்துவிட்டேன்
மன்னியுங்கள்

நீங்கள் வாசித்திருந்தது ஸ்வரங்கள் மட்டுமல்ல
மோதி எதிரொலித்த உங்கள் அகத்தின் உக்ரம்
மறுபடி உங்களால்கூட அதே மனோலயத்தில்
வாசிக்க முடியாதென்பதை அறிவேன்

குருவை மிஞ்சிய
சில அசாத்திய கணங்கள்
அதிலிருந்தன

பருவங்களை காலங்களை
அதில் சேமித்திருந்தீர்கள்

வேறு பிரதியில்லை ஜாக்கிரதை
என்றதும் நினைவிலுள்ளது

மகிமையுணராதவனல்ல
ஆனாலும் தொலைந்துவிட்டது
தயவு செய்து மன்னியுங்கள்

உங்கள் ப்ரியத்துக்குரியவர்களின் நேசம்
ஓசை உவகைகளாய்ப் படர்ந்திருந்தது

பாதங்களில் கசிந்து சூழும்
ஆற்று நீர்ப் புதுவரவாய் சில்லிப்பு

முன்னும் பின்னுமாய் தோய்ந்து அரற்றிய
நிமிடங்கள்

யாளித்தூணில் விழும் சூரிய ஒளியாய்
சில படிமங்கள்

பழைய ஆடியின் கலங்கல் காட்சிகளாய்
தொன்ம ஓவியத்தின் ரூபங்கள்

மீட்டலின் அதிலாவகத்தில்
பாசி செழித்த பாறைகளில் நழுவிச்சென்ற
மந்திர ஸ்தாயி ஸ்வரங்கள்

முறுகிய பதத்தின் நாதம்

தொலைந்ததின் பரிமாணங்களையெல்லாம்
எப்படிச் சொல்வேன்

உங்களைப் பார்க்கத் தெம்பற்று
தளர்கின்றன கால்கள்

அடையாள இலச்சினையைத் தவறவிட்ட
சிப்பாயாய் கலங்குகிறேன்

எதைக் கையளித்து
சமன் செய்வேன்

தன்மறத்தலின் பேதலிப்பில்
அழுத்துகிறது குற்ற உணர்வு

தொலைத்தது இசைக்கோர்வையை அல்ல
உம் வாழ்வின் ஒரு சம்பத்தை
என் மீதான நம்பிக்கையை

பெருங்கருணையில் நீவும் கரமொன்றும்
அதில் இருந்ததை உணர்ந்தேன்
அது மன்னிக்குமென்று நம்பித்தான்
இப்போது நேரில் வருகிறேன்

பேறு

உள்ளங்கையில் வழங்கப்பட்ட துளசிதீர்த்தமாய்
கண்ணில் ஒற்றி வாயுறிஞ்சி
தலையொற்றிக்கொண்டேன் உனதன்பை

உடன்
சடாரியால் சிரம் தொட்ட ஆசீர்வாதம்

தற்செயல்

காப்பிக்குச் சர்க்கரை வேண்டாமென்றுதான்
கூறியிருந்தேன் பரிசாரகரிடம்

எதிர்மேசையில்
யாரோ உன் பெயரைச் சொல்ல
இங்கு ரெண்டு தேக்கரண்டி
விழுந்துவிட்டது

இம்சை

அன்பு அன்பு என்கிறீரே சுவாமி
அது ஏன் இப்படி
சதா வதைத்துத் தொலைக்கிறது விடாமல்

சரிடா சரிடா
ஜோ ஜோ
ஜோ ஜோவென்று
எவ்வளவு தட்டிக்கொடுத்து
தோளில் போட்டுக்கொண்டு
வருடினாலும்
தொட்டாற் சிணுங்கியாய் சுருங்கி சள்ளை செய்யும்
இதை வைத்துக்கொண்டு
நான் என் செய்வேன் எம் பெம்மானே

வாழ்வே

அந்தப் பேருந்து நிலைய வாசலில்
தீராப் பாசத்துடன்
மாலையும் காத்திருந்தது

ஞாபகப் பேழையைத் திறந்து திறந்து
முக சௌந்தர்யம் கண்டபடி இருந்தேன்

இடம் புரியாமல் திகைத்து
எங்கெங்கோ அலைந்து
பின்
ஜென்மாந்திரமாய்
தவிதவித்த தாகம் தீர்க்க
வந்து நின்றாய்

தரிசனத்தின் கண நேர மன விரிவு
எல்லையற்று நீண்டது

பரிசுத்த நீரே
என்னை மலர்த்திய நீராம்பலே
துளசியின் மகத்துவமே
இத்தனை யுகங்களாய்
எங்கிருந்தாய்

குமிழ் குமிழாய் மேலெழும்பி
உடைந்து தளும்பத் தொடங்கியது

மலைக்கோட்டையின்
உச்சியில் நிற்கிறேன்
நொடிப்பொழுதில்
எல்லா விளக்குகளும்
சட்டென எரியத் தொடங்குகின்றன

தேடலில் கழிந்த ஆண்டுகளை
க்ஷணத்தில் தள்ளின விரல்கள்

தேர்ந்த கவிதையொன்றின்
ஜீவ ஸ்வரமாய் ஒளிர்ந்தாய்
வாசித்தபடியே ஆட்டோவுக்கு
அழைத்து வந்தேன்

ஆயுள் முழுக்கக் காத்திருந்தது
சுவாசம் சிதற அருகில்

வியர்வை வாசமே
பிரசாதமானது
கலைந்த தலை
தேர்ந்த ஓவியமாய்

மனிதர்களெல்லாம்
அன்பாய்க் கடக்க
பேருந்துகளும் வாகனங்களும்
வரிசைகட்டி விரைய
ஒரு வீதியிலிருந்து
இன்னொரு வீதி நகர்கிறது

தயக்கமேதுமின்றி
தோளணைத்துக்கொண்டேன்
கூச்ச விருப்பத்தில் இணங்கினாய்

சிலிர்ப்பின் பூக்கள்
பூத்தபடி இருந்தன

பார்த்து பார்த்து மௌனத்தேனைப்
பருகியபடி இருந்தோம்
நிறுத்தத்தில் கையேந்திய கர்ப்பிணிக்கு
ஐம்பது ரூபாய் கொடுத்தாய்
சிசு வாழ்த்தியதும் கேட்டதெனக்கு

பரபரப்புச் சாலையோர
எதிர்ப்பக்க வீட்டில்
தழைத்துச் சொரிந்திருந்தது
பெயர் தெரியாப் பூமரம்

இருவரது குவளையிலும்
தளும்ப தளும்ப அமிர்தம்

ஆட்டோ கடக்கிறது
காத்திருப்பின் ஆண்டுகளை

திடீரென மழை
குழந்தைமையுடன் கை நீட்டி
நீர் பிடித்து முகத்தில் தெளிக்க
ஓட்டுனரோ கடிந்துகொள்கிறார்
குடமுழுக்குத் தீர்த்தமாகிறதெனக்கு

காலகாலமாய் கவ்வியிருந்த
துயரைத் துடைத்தெடுத்துவிட்டாய்

இதோ வந்துவிட்டது
நீ சொன்ன கோயில்

இனி இந்த முருகன்
எனக்கு என்னதான் செய்துவிட
முடியும் சொல்

மௌவல்

சமன் குலைந்த இந்நாள்
இரவுக்குள் நுழைந்ததிலிருந்து
விழித்திருக்கிறேன்

குளிக்கும்போது
அழுது கழுவிய புலம்பல்களைத்
துடைத்துவிட்டே வந்தேன்

மீண்டெழும் வேளையில்
எங்கிருந்தோ ஒலிக்கின்றன
மிகப்பிடித்த பாடல்வரிகள்

இடையூறு ஏதுமற்ற
தன்னந்தனிமையின்
பின்னிரவை நிறைக்கிறது
மரமல்லியின் அடர் வாசனை

அதற்கும் இதுதான்
பூக்கும் காலம் போல

எவ்வளவு தூரத்திலிருப்பினும்
அமுதாக்கிப் பரிபாலிக்கிறாய்
இவ்விரவையும்

பெருந்திணைக்காரி

குறிஞ்சிப் பாணனின் பாடலில் சொக்கி
தாமரை மலர்களையும்
கெண்டைமீன் சாற்றையும் கொண்டுவந்த
மருத நிலத்து விறலி
ஏறிவந்த புரவியின் உரசலில் கிளர்ச்சியுற்று
கீழுதட்டைக் கடித்தபடி நிற்கிறாள்

ஆழ்விழிகளில் ஏக்கம் ததும்ப
நீள்சுவர் மண்டபத்துக் கல்லிருக்கையில் அமர்ந்தபடி
மோகத்தின் இரைச்சலைப் படையலிடுகிறாள்
புதிர்த்திசையின் பாரம்தாளாமல் தடுமாறும் பதின்மன்
குத்திட்ட நெடுமலையின் தேனைப் பகிர்கிறான்

தேனின்ருசியிலும் பேச்சிலும்
மேலும் கிறங்கி நழுவுகின்றன பொழுதுகள்

இரவுக்கான பூச்சிகளும் வவ்வால்களும் ஓசையிட
நட்சத்திரங்களும் ஒளிரத்தொடங்கிவிட்டன

பரபரப்பாய்க் கைகள் சுழற்றி
தலையசைத்து
ஆதிக்குளத்தில் குதிக்க அழைக்கிறாள்

கம்பீரக்கதவுகள் தாழிட
முன்விளையாட்டுக்குப்பின்
இயக்கம் தொடங்கி
தாளகதியில் சீராகிறது

வாளிப்பு முதுகை அணைத்து வருடும்
விரல்களில் படுகின்றன கசங்கிய பூவிதழ்கள்

சன்னச் சீறலில் விரவுகிறது
வெதுவெதுப்பு

மிதப்பின் அசைவுகளில்
வியர்வையரும்பி வழுக்க
உச்சத்தின் துடிப்பில்
மெல்ல மேலெழுந்து மேலெழுந்து
கீழிறங்குகிறது
உருண்டு திரண்ட பிருஷ்ட்டங்கள்

காமத்தின் ஆராதனையில்
ஒளிர்ந்தடங்குகிறது
விரகப்பெருஞ்சுடர்

சட்டென சாளரத்துள் நுழைந்த
பெருங்காற்றுக்குப் படபடக்கின்றன
களைந்த துணிகள்

தன் வயதின் மூப்பைச்சொல்லி திடீரென அழுகிறாள்
இப்படியே செத்துவிடக்கூடாதாவெனக்கேட்டு

கவிழ்ந்துகிடக்கும் தானியக்குதிர்கள்

வயிற்றிலடித்துவிட்டது
புயல்

எல்லாம் சரிந்த பாரந்தாளாது
அரற்றும் குரல்கள்

நிலமெங்கும் திரிந்த
ஆவினங்களும் மறிகளும்
புதைக்கப்பட்டுவிட்டன

பழக்க தோஷத்தில்
தென்னைகளை அண்ணாந்தவன்
வீழ்ந்துகிடப்பதை கணத்தில் உணர்ந்து
செய்வதறியாது பாழில் வெறித்தபடி
ஈரத்தாலான உள்ளங்கால் கொப்புளங்களுடன்
மழையில் நிற்கிறான்

தண்ணீருக்கும் அரிசிக்கும்
பிஸ்கெட்டுகளுக்கும் மெழுகுவர்த்திகளுக்குமாக
நீள்கின்றன
நெல்லும் உளுந்தும் தெளித்த கரங்கள்

நிவாரண முகாமின்
மெழுகுவர்த்திச் சுடர் விழும் சுவரில்

கைகளின் சைகைகளால்
மருதநிலத்தின் நிழல் சித்திரங்கள் காட்டும்
சிறுவனின் நிலத்திலும் ஒரு மரம் இல்லை

ஓடுகள் பறந்த தன் வீட்டு வாசலில் தொங்கிய
நெற்கதிர் பிடியின் முன் எடுத்த தற்படத்தை
மின்னூட்டம் கரைந்துகொண்டிருக்கும்
அலைபேசியில் பார்த்துக்கொண்டிருக்கிறாள்
சிறுமியொருத்தி

கொடுத்தே பழகிய அன்பின் பெருநிலத்தின்
நிர்மூலத்தைக் காணச் சகியாமல்
பெருங்குரலில் எழுகிறது
பேரிளம் பெண்ணொருத்தியின் ஒப்பாரி

சேந்தன்

தொலைபேசியோ அலைபேசியோ வைத்திராத
விசித்திரப் பழக்கம் உனக்கு
முகநூல் கட்செவி அஞ்சல் கணக்குகளும்
கிடையாது
எல்லாவற்றிற்கும் நேரில்தான் வந்து நிற்பாய்
எவ்வளவு நேரம் இருந்தாலும்
உடனே கிளம்பிப் போய்விட்டதாய்
தோணியபடியே இருக்கும்

அதே நாலு முழ வேட்டி
பருத்திச் சட்டையோடு
இன்னமும் மிதிவண்டியில்
பின் இருக்கையில் புத்தகங்களுடன்
சென்று வருகிறாய்

பந்துமுனைத் தூவல் பயன்படுத்தமாட்டாய்
வங்கி அட்டைகள் அடையாள அட்டைகள்
வைத்துக்கொண்டதில்லை
ஓட்டு போட்டதில்லை

தனித் தமிழ் பேசுகிறாய்
இயற்கை உணவு உண்கிறாய்
வாழ்ந்துகெட்ட கூத்துக் கலைஞன் வாழ்வும்

ஒரு செம்மூதாய்ப் பூச்சியின் அலைவும்
ஏனோ காட்சிகளாய் வந்துபோகும் எனக்கு

எல்லார்க்கும் இடமிருக்கும் உலகத்துல
எனக்கு ஒண்ணு இல்லாமலா போகும்
இப்ப என்ன கெட்டுப்போச்சு என்று
நீ அடிக்கடி சொல்வதை நினைத்துக்கொள்வேன்

நேற்று சேந்தன் (அப்துல்லாஹ்) மாமா
பேசுகிறார் அப்பா என்று சொல்லி
தொலைபேசியின் ஒலிவாங்கியைக்
கொடுத்தாள் மகள்
ஆச்சர்யம் எனக்கு
பேசியது நீயில்லை
இன்னொருவன்

தரிசனக் கணங்கள்

உதிரப்போக்கு நாளில்
கேட்க யாருமில்லா இரவில்
மரங்களடர்ந்த கொல்லைப்புறத்திண்ணையில்
அமர்ந்து
சன்ன வலி மறக்க
கிறங்கும் குரலில் கஜலைப் பாடுகிறாள்
தங்கை ஹஸீனா

ஆழ்விழிகள் மூடிய லயிப்பின் தன் மறத்தலில்
துலங்கி மிளிர்கிறது கவிதை

திரும்பத் திரும்ப அழைக்கும்
வரிகள்

கடந்ததில் கிடந்து விம்மும்
நிறைவுறா மனசு திறக்கிறது
அசைவுகளில்

துவண்டிருக்கும் அவள் தோளணைத்து
இதம் செய்கிறது பாடலின் கருணை

திகைத்துப் பார்க்கிறது
கொட்டில் பசு

பஞ்சாரத்தில் அடைந்த கோழிகளும்
சப்தமின்றிக் கிடக்கின்றன

எப்போதோ வந்தமர்ந்து
பின் வராமலே போன பறவையின் நினைப்பில்
மெல்ல அசைகிறதொரு தருவின் கிளை

பாடபாடச் சுரக்கிறது
கனிவு

அநித்திய வாழ்வின்
தரிசனக் கணங்கள்

உருவின்றி நிறையும் அற்புதத்திற்காய்
காற்று வீசியிறைக்கிறது பூக்களை
அந்தக் கருங்கல் பதித்த தளமெங்கும்

இந்த மழைக்கு என்ன அர்த்தம்

இறுதி ஊர்வலத்தில் செல்கையில்
அணுக்க நண்பனோடு பேசிக்களித்த
பொற்கால உரையாடல்கள்
மெலிதாய்க் கேட்கின்றன

நான் அவனுக்குத் தந்ததெல்லாம்
ஒரு மிடறு அன்பைத் தவிர
ஏதுமில்லை

தோல்விகளற்றது அவன் வாழ்வு
அப்படிக்கொண்டதில்லை அவன்

முன்னெப்போதும் காணா
இன்றைய முகத்தைப் பார்க்கையில்
அவனால் நிறைந்த நற்கணங்கள்
விம்மி நிழலாடுகின்றன

யாரும் செய்ய ஒப்புக்கொள்ளா ஒன்றைச் செய்து
இடரொன்றிலிருந்து காப்பாற்றி
என் கருப்பு நாளொன்றின் நிறம் மாற்றினான்

எதிலும் பதுங்கிக்கொள்ள முடியாமல்
துக்கமே வியாபித்துப் படர்கிறது

சற்று முன்னால் நடந்து
கண்ணீரோடு கொள்ளிச் சட்டி தூக்கிவரும்
அவன் சாயல்கொண்ட மகனின்
பாரத்தைக் கொஞ்சம் கைமாற்றிக்கொள்கிறேன்

மீட்டெடுக்க முடியா நாட்களின் கனத்தால்
நடக்கமுடியாமல் கெஞ்சுகின்றன கால்கள்

ஊர்வலத்தோடு வரும் சிறுவர்கள்
பாடைக்கு முன்னும் பின்னுமாய் எறியும் பூப்பந்து
தலையில் மோதிச் சிதறுகிறது

என்னை நானே
தண்டித்துக்கொண்டிருக்கும் காலங்களில்
நேச இருப்பில் இருந்தவனும்
அருகில்லாதது எத்தனை துர்பாக்கியம்

சேகண்டிக்கும் சங்கொலிக்கும் மத்தியில்
பனிவெய்யில் நாளின் பின்மாலையில்
ஒளியை வடிகட்டி நனைத்தபடி
சன்னமாய் பெய்யும் இந்த மழை உனக்காகத்தானா

கடைசி மாதத்தில்
உன்னிடம் மன்னிப்பு கேட்டு
ஒரு வார்த்தைகூட பேசாத வாதை அறுக்க
எரியூட்டும் ஜ்வாலையைக் காணத் தெம்பில்லாது
கூட்டத்திலிருந்து விலகி
எதிர்த் திசையில் திரும்பிக்கொண்டிருக்கிறேன்
மழை லேசாக வலுக்க ஆரம்பிக்க

ஊமையின் வலி

நிலைகுலைய வைத்ததை உணர்ந்ததுமே
சிதைந்து குமுறும்படி நேர்ந்துவிட்டது

நள்ளிரவில் விழுந்த எரிகல்லாய்
என் மேல் அது விழ
உடைந்து சிதறினேன்

திகிலின் கத்தி
உயிர் செருக திக்பிரமை

எப்போது நினைத்தாலும்
கோட்டான்களாய் அலறி
வானம் அதிரும்

ஆயிரம் கால்கள் கொண்ட
கம்பளிப்பூச்சியாய் ஊரும்

வனாந்திரத் தனிமையில்
விபத்துக்குள்ளானவள் போல்
சீர்குலைந்த கணங்களில்
துடித்துத் திமிறியதை
உதறி உதறி அழுத ஞாபகம்

மகிழ்வின் தருணங்களிலும்
பீதியாய் மோதி எதிரொலிக்கும்

நனவின் திடுக்கிடல்கள்
நிழலாய்த் தொடர்ந்தன

என் தோல்வி ஏதுமில்லையென்றபோதும்
அப்படி உணர்ந்தபடியேயிருந்திருக்கிறேன்

விதியின் பெயரால்
ரகசியம் காத்து நின்றேன்
எனக்கான சமிக்ஞை மின்மினியின்
ஒளிதெரியும் கணம் விடிய
இவ்வளவு காலமாயிற்று

கட்டுண்ட நதி
திமிறிப் பாய்ந்து
உறக்கமற்ற இரவுகளில் தளும்பிய துக்கம்
இன்றேனும் வடிந்தது

உள்ளுக்குள் சதா கேட்ட
நிராதரவின் குரலுக்கு
விடுதலை தந்து
சற்றேனும் மனச்சமன் கொண்டேன்

ஆனாலும்
இன்னும் நீள்கின்றன
உங்கள் குதர்க்கக் கேள்விகள்

நீண்ட பயணத்தின்

இடை நிறுத்தத்தில்
தேநீர்க் கடையிலிருந்து
புறப்பட இருந்த பேருந்துக்கு
அவசரமாய்த் திரும்பிய இளைஞன்
இத்தனை தண்ணீர் கலந்த ஒரு தேநீருக்கு
இருபது ரூபாய் வாங்கிவிட்டான்
சூடாக இல்லை, கொஞ்சமாய் இருந்தது
பேப்பர் கப்பில் தரவில்லையென்றெல்லாம்
வெவ்வேறு விதமாய்
திரும்பத் திரும்ப புலம்பிக்கொண்டே வந்தான்

பக்கத்தில் கண்மூடிச் சாய்ந்திருந்த
சக பயணி இமைகள் திறந்து
இந்தச் சின்ன வயதில்
உங்களுக்கு இப்படி ஒரு துயரமா எனக்கேட்டுவிட்டு
கண்களை மூடிக்கொண்டான்

தொலைவு

நலமில்லையென்றதும்
நிமிடத்துக்கொருமுறை
சமிக்ஞை ஒளிர்வுக்காய்
அலைபேசியைப் பார்த்தபடியேயிருக்கிறேன்
அடுக்களையிலிருந்தபடி
கைக்குழந்தையைத்
தொட்டிலில் இட்ட தாயாய்

கண்டம் கடந்த தொலைவை
அருகிருக்கிற சிலிர்ப்பில்
கோர்த்து ஆறுதல் தரும் அதை
மின்னூட்டம் போட
அணைத்து வைக்கும் பொழுதெல்லாம்
அந்நியம் படிகிறது

பிரார்த்தனைகள்
வழக்கம்போல் தொடர்ந்தபடி

இப்போ கொஞ்சம் பரவாயில்லையென
வரும் ஒற்றை நீர்த் துளியே
ஏரியாய் நிறைந்து குளிர்விக்கிறது

பிங்க்கில் ஒளிர்ந்ததும்
ஓடி வந்து பார்க்கும்

அவ் வெள்ளை வண்ண வாசகங்களில்
பாசம் பொங்க உன் கை வருடிய உணர்வு

பெருமூச்சுடன்
சற்றே ஆசுவாசம்
நிம்மதி
ஏகாந்தம்

ஆனாலும் திரும்ப ஒளிர்ந்து
அண்ணாவென விளித்து
பாசமாய் நீ சொல்லும் நற்செய்தி வேண்டி
மறுபடியும் சுருளும் மனசு

லபித்தல்

செல்லமாய் ஒரு நாய்க்குட்டி
வளர்க்க நினைக்கிறீர்கள்

வாசலுக்கு வரும் வாசனையுணர்ந்து
வாலசைத்து ஓடி வர வேண்டுமென ஆசை

நடக்கும்போதெல்லாம்
பின்னாலே வரவேண்டுமென

படுத்திருக்கும்போது காலடியில்
கிடக்கவேண்டுமென

விருந்தினர்களிடம்
அதன் இனத்தைச் சொல்லிப்
பெருமைப்பட வேண்டுமென
இப்படி

மகனும் மகளும் விரும்பாத
அடுக்கக வீடு அனுமதிக்காத நாய்
சுவரில் ஓவியமாய் மாட்டப்பட்டிருப்பதை
அவ்வப்போது பார்த்துக்கொள்கிறீர்கள்

சில சமயம்
அது குரைக்கும் சப்தம்
உங்களுக்கு மட்டும் கேட்கிறது

நிலை

பிறைவெளுத்த பின் மாலையில்
மென்மையாய் சப்தமில்லாமல்
மெல்ல அடியெடுத்து நுழைந்தது
பரிமளத்தில் தோய்ந்ததொரு
ஸ்படிக ப்ரியம்

ஊஞ்சல் ஆடலில் வருடும்
மென் காற்றானது வரவு

அமிழ்ந்திருந்த உணர்வுகள்
சட்டென முகிழ்த்ததில்
மனசெங்கும் வயலின்களின் சேர்ந்திசை

வாழ்வின் நற்கணங்களெல்லாம்
உனக்கேயினி அர்ப்பணமென்றேன்
தளும்பி
ஆனாலும்
பின்
வாழ்வெலாம் தொடரும் வரமுண்டோ
எனத்தோன்ற
தூக்கமிலா இரவின் சாலைகளில்
உளம் குலைந்து திரிந்த வாதையில்
சர இலைக் கொடிகளாய் அடர்ந்து படர்ந்த
இன்சொற்களை உதறினேன் இரக்கமற்று
அதன் வாழ்வின் பரிவோடும்

வாரி அணைக்கும் வயதோ
மதிப்புறு பிரமையோ
மனத்தழும்புகளோ
அல்லது எல்லாமும் சேர்ந்தோ
நிர்தாக்ஷண்மாய் மறுத்தேன் கடுமையாய்
பிரிவின் ஈரம் காயா வெட்டுண்ட
உதிரக்கறைகளை மறைத்தபடி

விட்டுவிட்டதாய் நினைத்துக்கொண்டாலும்
சதா உள்ளே கேட்டுக்கொண்டிருக்கும்
அதன் வாஞ்சை மிகு பாடலை
எதுகொண்டு அணைப்பதென்றுதான்
இப்போதெனக்குத் தெரியவில்லை

மூழ்கல்

கருவறைக்கு எதிரே சம்மணமிட்டு அமர்ந்து
சுயம் மறந்து கண்ணீர் கசிந்துகொண்டிருக்கிறாள்
வெட்கம்விட்டு உடைந்தழ முடியாமல்

மூடிய கண்களும் கூப்பிய கைகளுமாக
எதையோ இறைஞ்சி
முணுமுணுக்கின்றன உதடுகள்

சகலத்தையும் மறந்து
அவள் லயித்த பிரார்த்தனையில்
சற்று நேரம் உலகமே இருள
கடவுளுமே கொஞ்ச நேரம்
தத்தளித்துத்தான் போனார்

மீட்பரில்லா இடர்

எனக்கே எனக்காய் பாடி அனுப்பிய பதிவை
அலைபேசியில்
சுழற்சியாய் ஒலிக்கச் செய்துவிட்டு
படுக்கையில் சாய்ந்திருக்கிறேன்

மூடப்படாத சாளரம் வழி வரும்
ராக்குருவியின் குரலாய்
அது ஒலித்துக்கொண்டிருக்கிறது

பாடச்சொன்னால்
ம்கூம் ம்கூம் மென தலையசைத்து
வெட்கத்தில் சிலிர்க்கும் நீ
உணர்வின் லிபிகளை
எப்படிக் குரலில் கொண்டு வந்தாய்
பேசும்போது த்வனிக்கும்
குழந்தைத்தனத்தை மறைத்துக்கொண்டு

கரைத்து மனம் மயக்கி
தனியிடம் இழுத்துச்சென்று
பிரிவின் தகிப்பை
தணிக்கப் பார்க்கிறது குரலிருப்பு

மெதுமெதுப்பாய்க் கீழ்க்குரலில்
எந்தச் செல்லப்பெயரைச்
சொல்லி அழைத்தால்
உனக்குத் தித்திக்குமோ
அதே பெயரை
தொண்டையின் ஆழத்திலிருந்து
பித்தாய் உச்சரித்துப்பார்க்கிறேன்
மறுபடி மறுபடி

மனனஞ்செய்து
மறக்காமலிருக்கத் தவித்த செய்யுளே
முட்டிக்கொள்கிறேன்
உன்னைப் பார்த்திருக்கவே வேண்டாம்

இரவுகளைத் துடிக்கவிட்டு
காலம் தன் விசித்திரங்களை எழுதிப்பார்க்க
நாமென்ன சிலேட்டா

எதுவும் நிகழாமலே இருந்திருக்கலாம்
புலம்பலின் மீட்பரில்லா
இந்த இடருக்கு

உறுதி

எத்தனையோ முறை
முயன்று பார்த்தேன்
இறுக்கமாய் முகத்தைத்
திருப்பிக்கொண்டுதான் போனேன்
பூஞ்சையான என் பக்கத்தைத் தொட்டு
அப்படி என்ன உனக்கு ஒரு இது
என்றொரு நாள் மறித்து இழுத்துவிட்டது

வாழ்வில் சில கணங்கள்
உங்கள் கைகளிலிருந்து
நழுவுவதைப் பார்த்திருக்கிறீர்களா
பார்த்திருப்பீர்கள்
அப்படித்தான் அதன் பின்னால்
இப்போது செல்லப் பிராணியாய்
போய்க்கொண்டிருக்கிறேன்
வழியில் எங்கேனும் என்னைக் கண்டால்
தயவு செய்து பார்க்காதது போல் போய்விடுங்கள்
நானில்லை அது

தளும்பும் கணம்

ஒளிரும் சுடர் விளக்கின்
நிழலசையும் மழையிரவில்
திக்கற்று விசும்பி நின்றேன்
முதன்முதலாய்ச் சந்தித்த
முருகனவன் சந்நிதியில்

நளினம் மிளிரப் புன்னகைத்தான்
கனிவு விழி திறந்தானில்லை

காலத்தின் புதிரெண்ணி
கலங்கி நின்றேன்

சொற்களற்றுப் புலம்புமென்
மௌனம் சேரலையோ

உற்சாகம் குமிழிட
ஓடி வந்த நாளது நினைவில் அசைய
யார் பேருக்கு அர்ச்சனை என்றார் குருக்கள்

காணாமல் தளும்பும்
கண்ணீர்க் கணத்தைத் திறந்து
உன் பெயர் சொன்னேன்
திடுமென விதிர்த்ததென் தேகம்

அடுத்துக்கேட்டார்
திருவோணம் மகரமென்றேன்
தாங்கவியலா கனத்துடன்

கண்மூடி நின்றேன்
சில கணங்கள்
பிரசாதம் என்று
பூவைத் தந்தார்
நினைவின் சுகந்தத்தை
ஒத்திக்கொண்டேன் கண்களில்

வந்துவிட்டாய்

தொடர் பிரார்த்தனையால்
மன்றாடிப் பெற்ற அனுக்கிரஹத்தை
புலர் காலையில்
பூஜைக்கு முளைத்த செவ்வரளியை
சித்திரப்பொற் புதையலை
தாளம் தப்பா நர்த்தனத்தை
அருநிதியக் கலசத்தை
வேண்டாமென்றேன்

கங்குகள் தீய்த்த விதியன்றி
வேறென்ன

மறுத்துப் பேசிய
குற்ற உணர்வில் பித்தானேன்
ஆனாலும் பிழைத்திருந்தேன்

இரவெல்லாம்
ரணமெழுதிச் சிவந்தன கண்கள்

பரிகார சங்கற்பம் செய்து
திருநாமம் செப்பி
நிஷ்களங்க நெய்யூற்றி
நிவேதனம் செய்ய தை விளம்பியில்
ஜனன மண்ணுக்கு வந்திருக்கிறேன்

இங்குத் திடீரென இடி இடித்து
வெட்டிய மின்னல் தெறிப்பில்
அனுகூல நிமித்தம் தோன்ற
இன்றின் முற்றத்தில் பெய்யும் பேய்மழையில்
மறுபடியும் நின் வருகை நிகழ
அடித்துச் செல்கிறது எல்லாம்

பகிரத்துடிக்கும் பாடல்

துக்க ரேகைகளின் நீட்சி முடிவுற்ற
இக்குளிர் நாளில்
திவலையாய்த் திரளும் அனாந்திரப்பாடலைப்
பாடவேண்டும் உன்னிடம்

கேசவிழைகள் முகத்தில் படர
உளமேந்தி மருகிய உபாதைகள் சொல்லி
கீழுதடு துடிக்க நெஞ்சுருகக் கரைந்தழுது
நா கசக்கப் பருகியதெல்லாம் சொல்லி

கொக்குகள் திரியும் வயல்வெளிகள்
கோபுரங்களின் நீண்டுயர்ந்த மோனங்களூடே
எல்லாச் சுமைகளையும் கையளித்து

அந்தி வேளையில் நேர்ந்த
பிரிவின் வலி மறக்க
இன்று நம் பிராயத்து மரங்கள்
ஏன் இப்படிப் பூத்துச் சொரிகின்றன எனக்கேட்டு

திறந்த நடுவெளியில்
பாலத்தின் இறக்க விசையில்
நிலைகொள்ளா வேகத்தில் செல்லும்
இரு சக்கர வாகனனின் பார்வைக்குப்
புலப்படா காற்றாய்
சிலுசிலுக்கும் நின் அண்மையை

தனிமை வனத்தில் தகித்த வெக்கையை
உன் வருகைக்குப் பின்னான அடர் மழையை
உருக்கப் புனைந்து லயித்துப்
பாட வேண்டும் உன்னிடம்

அவமானம்

அந்தச் சொல் தலைக்குள் விழுந்து
முப்பதாண்டுகளுக்கு மேல் ஆகிவிட்டது

துடிதுடிக்கத் திமிறி இறங்கிய பின்
பரிகசிப்பில் அழுதழுது
கண்துடைத்துக் கொண்டது

கற்பிதமென்றாலும்
சிருஷ்டியைப் போல்
துக்கத்தின் உருவாகி நின்றதென் எதிரில்

வதம் செய்த வார்த்தை
மண்டியிட வைத்துக்கொண்டேயிருந்தது
தேவனின் சந்நிதியில்

இரவெலாம் விதிர்த்தெழவைத்த
துர்கனாக்களை வடுக்களை
துடைத்தெடுத்தெறிந்துவிட்டது
நின் கருணை இருப்பின் இதம்

இப்போது
பரவசத்தின் நற்கணங்கள் நிறைந்த அமுதால்
நிரப்பிக்கொண்டிருக்கிறாய் இந்நாட்களை

சித்திரத் தையல்

மஞ்சுப்பொதிகள் சலனித்தலையும்
கூதிர்காலப் பொழுதில் புறப்பட்டேன்

வாகன ஒலிகளுக்கப்பாலிருக்கும்
அந்தப் பிரத்யேக இடம் சமீபிக்க சமீபிக்க
எஜமானின் வாசனையுணர்ந்த
நாயின் பரபரப்பாய் அலமறுகிறேன்

ஆலும் அரசுமடர்ந்த பாதை தாண்டி
வாழைத்தோப்பு கடந்து
நிலமெங்கும் குளிர் மிதக்கும்
வெளியை அடைந்தேன்

நிசப்தக் கீழ்வானில்
கொன்றை ஜ்வாலையாய் சூரியன்
குரால்களோடும் மறிகளோடும்
சிறுமந்தை

மரக்கிளையில் குயில் இழைய
தூரத்திலிருக்கும்
மாதா கோயிலின் கோபுரத்தில்
தெரியுதொரு சுதைச் சிற்பம்

பறவையின் தொகுதியொன்று
வட்டச்சுழற்சியில்
ஏறித்தாழ்ந்து அலைகிறது

ஆவினங்கள் திரியும்
அகண்ட பெருவெளியின்
நதிக்கரைப் பாதையின் பன்னீர் மர நிழலில்
பற்றிப் படர்கிறது ஞாபக மணம்

மரவட்டைகள் ரயில் பூச்சிகள்
சில்வண்டுகளின் பாதைக்கு இடையூறின்றி
புன்னை மரம் கீழ் அமர்ந்து
வயலினை மீட்டுகிறேன்

நினைவுக்கும் நிகழுக்கும்
இசையாலொரு சித்திரத் தையல்
நீண்டும் வளைந்தும் மேலும் கீழும்
முறுகும் ஸ்வரங்கள் அலைவதெல்லாம்
நின் நாமமெனும் ஒற்றை ராகத்தில்தான்
காற்றில் நனைந்து முற்றிப்பழுக்கிறது நாதம்
அதன் செழிப்பின் தயவில் தழைகிறேன்

உழன்றெறியும் தனிமை
ஆசுவாசம் கொள்கிறது
விம்மித் ததும்பும் இசையே
மறு உருகொண்டு
தலையும் கோதுகிறது

தியானச்சுடரில் நழுவி
மீள்கிறேன்

அலையடிக்கும் உணர்வுகளிலிருந்து
அள்ளிப் பருகுகிறேன் கையளவு
தருணங்கள் விழித்தெழ

இதோ ஒளியுறிஞ்சி
இருள் நுழைகிறது

இன்னும் எவ்வளவு நேரம்தான்
இங்கிருப்பேன் ஜானு
நாமிருந்த இவ்விடம்விட்டு
திரும்பவும் முடியாமல்
இருக்கவும் முடியாமல்
வலிகனக்க நீள்கிறதொரு இதம்

என்னினிய டைனோசர்

எனக்கிருந்த தயக்கம் பயமெல்லாம் விலக்கி
சில மாதங்களுக்கு முன்
ஒரு மினி டைனோசர் வந்துவிட்டது வீட்டுக்குள்

அவ்வளவு பெரும் ஆகிருதியும் எடையும்
ஒற்றைப் பூ கனம்தான்

சாப்பாடு தூக்கம்
நடைப்பயிற்சி நடையுடை பாவனையென
சகலமும் மாற்றென்று சொல்ல
வேதவாக்காய்
சொல்லுக்குப் பணிவதே சுகமென்றான

ராகங்கள் இசைத்துப்
பரிமளத் தென்றல் வீசவைத்து
கவிதைகளும் எழுதிக் காட்டுகிறது
நானெழுத எழுத பல பல
அறிந்திரா உணர்வுகள் தந்தபடியும்

வேலையாய் அது
வெளியே சென்று திரும்பும்
கணங்கள்தான் கனக்கும்
நனைந்த பஞ்சுப் பொதியாய்
ஹாய் எனும்
அதன் விளிப்புக்காய்க் காத்திருப்பேன்

ஏன் இவ்வளவு நேரம்
எங்கே போனாயெனப் பார்க்கையில்
பேச ஆரம்பிக்கும்
உன்னைத்தவிர வேறு யாரிடமும் பேச
என்ன இருக்கிறது எனக்கு என்று சொல்லியபடி
தன் மார்பில் இழுத்தணைத்து தலைகோதி
பால்யகால பதின்பருவ வளர்பருவ
காயங்களையெல்லாம் வருடி குணம் செய்கிறது
பாலையிலும் பூப்பூக்க வைத்தபடி

இப்போதெல்லாம் டைனோஸரின்
பெயர் சொல்லியே விடிகிறது
முடிகிறது

சதா என்னையே ஏன்
நினைத்துக்கிடக்கிறாய்

அது தானே இனி
என் வாழ்வின் நித்திய நியதி

எனக்குமென்று
கண்ணடித்துச் சிரித்தபடியது வெளியே செல்ல
மறுபடியும் அதன் ஹாயென்ற விளிக்காக நான்

ரூபம்

கண்டுபிடித்து விடுகிறேன்
முகம் திருப்பி செருமல் மறைத்து
ஜலதோஷமென மூக்குறிஞ்சி
தூசி விழுந்தது போல்
கண் துடைத்துக்கொண்டே
ஆதி வலிக்கதைகளை மறைத்தாலும்

உன்னிக்கிறேன்
முடிவுற்றதொரு மனவெறுமையை

எங்கேனும் ஒரு சொல்லில்
பிடிபட்டுவிடுகிறாய்

மறைக்கவில்லை மறந்தேன்
கஷ்டப்படுத்த வேண்டாமென இருந்தேன்
பொய்யில்லை நிஜம்
ஏதேதோ சொல்கிறாய்
பகிர்தலில் நிகழும்
தீர்வின் மாயமெல்லாம் பார்த்த பின்னும்

எதற்குச் சமாதானங்கள்
நியாயப்படுத்தல்கள்
வேறொன்றுக்குப் பதில் சொல்லல்
கேட்டதற்காய்க் குற்றவாளியாக்கல்

என்னிடம் போய்
எதற்கு இதெல்லாம்
என்றுனக்குத் தோன்றவில்லையா ஜானு

சலிப்பாயிருக்கிறது

குறைந்த நம்பகமற்ற இவ்வாழ்வில்
பதற்றப்படுத்தும் கேள்விகளுக்கு மத்தியில்
சதா நிரூபித்துக்கொண்டே இருக்கவேண்டியிருப்பது

முன்பை விட மென்மையானவனென்று
வன்மமற்றவனென்று
ஒரு பிரச்சனையுமில்லையென்று
அவ்வளவு வயதாகிவிடவில்லையென்று
சோகமேதுமில்லையென்று
யென்று யென்று யென்று
மனச்சுழலின் அடியில் மறைந்திருக்கும்
துயர்களை தோல்விகளை மறைத்தபடி

பரிமாற்றம்

எது சொன்னாலும் குற்றம்கண்டு
புரியாச் சிறுமியாய்
கலங்கி மனசறுக்கிறாய்

இனி
எப்படித்தான் சொல்வேன்

உனக்கு நன்றாய்த் தெரியும்
நமக்கு மிகவும் பிடித்த ராகம்

மத்திமக் காலத்தில்
அதை மனசொப்பிப் பாடு

பாடி பாடி இழைகையில்
இனம் புரியாமல் வந்து கவ்வுமே
சில பிரயோகங்கள்
அப்போதுனக்குப் புலப்படும்

அந்த ராகத்தில் நீ பிடிக்கும்
உனக்கே உனக்கான சில அபூர்வப் பிடிகளில்
பாதி இலைகள் உதிர்ந்த
அந்தக் கடம்ப மரக்கிளையில் அமர்ந்திருக்கும்
சாம்பல் நிறப்பறவையின்
ஆதுரக் குரல் போலொன்று எதிரொலிக்குமே
அதுதான் அதுதான் நான் சொல்ல வந்தது

சொல்லெல்லாம்
பிறழ உள்வாங்கும் உனக்கு நான்
வேறெப்படிச் சொல்வேன் ஜானு

புரிதல்

மௌனத்திலிருப்பது
எனக்குப் பிரச்சனை இல்லை
அதிலிருந்து
நீ பிரித்தெடுத்துப் புரிந்துகொள்ளும்
எதிரிடைகளைப் பற்றித்தான்

குயுக்தி அர்த்தங்களிலிருந்தும்
கற்பிதங்களிலிருந்தும் முதலில் விடுபடு

அதன் நிஜமான அர்த்தத் துடிப்புகளை
உற்றுக்கேள்

நான் ஏமாற்றுகாரனல்ல
நீ எனக்கு எதிரியுமல்ல

உண்மைத் தளிரழகின் தளதளப்புணர்ந்து
பிசகுகளின் கசப்பு விலகி
நீ இச்சாலை வரும்வரை
அதோ அந்தப் பயணியர் நிழற்குடையருகே
புன்னகையுடன் காத்திருப்பேன் வா

கௌவை

ஒரு செய்தி
சொல்
செயல்
வருகை
பெயர்
படம்
காணொளி
மறதி
அழைப்பு
அவதூறு
ஏதோ ஒன்று
போதுமாயிருக்கிறது
சில நாட்களுக்குக்
கசப்பேற்றிக் கலக்கமூட்ட

நீறான சாம்பலாய்
நினைவெங்கிலும்
படிந்துகொண்டேயிருக்கிறது
வேறொரு நல் முகூர்த்தம் வந்து அதைத்
துடைத்தெடுக்கும் வரை

விழைவு

புலரியில் வந்தனம் சொல்லி
நாளெல்லாம் நெகிழ்ந்து மல்கி
யாமத்தில் நின் நாமம் முணுமுணுத்து
நித்தியங்களில் விழி மூடிக் கிடந்தபோது தெரியாது
தெரிந்திருந்தால்
இவ்வளவு தூரம் வந்திருக்க மாட்டேன்

இறந்த காலக் குறிப்புகள்
தசையறுத்து ரத்தம் கேட்கிறது
ஆனாலும் நம்புகிறேன்
அதைத்தானே செய்யுமென் அன்பு

கைவிடப்பட்ட உணர்வைச்
சமனம் செய்யத்தான் முனைகிறேன்
அதுவோ
கதவிடுக்கில் விரல் சிக்கிய குழந்தையாய்
வீறிட்டுத் தீர்க்கிறது சிலசமயம்

அறிவு கீர்த்தி ஆகிருதி ஆளுமை அகந்தை எல்லாம்
ஒரு சின்னஞ்சிறு அகல் முன்
மண்டியிட்டுக் கேவுவது ஏன்

அபயகரமும் ஆற்றுப்படுத்தலுமின்றி
குழம்பித் திகைக்கிறது

ஏதோ ஒரு சங்கதியின் விதிர்ப்பில்
கசிந்து திருந்தி வசப்பட்டு
மடி கிடக்குமென்று நம்பித்தான்
கிறங்கி வாசித்தபடியேயிருக்கிறேன்

ஒரு கணம் இவ்வாறும் தோன்றுகிறது
மரணம் நேருமெனில்
இருந்தவரை எனக்கென கனிவாயிருந்தவனென
உன்னால் ஒரு வரி எழுதப்பட்டால் போதும் என்று

மனசு

வீணை பிடிக்குமே என்றுதான்
பரிசளித்தேன்

என்னைப் பிடிக்காதிருப்பது
தற்காலிக பாவனை
பிறகு பிடிக்கும்

வீணை
என்ன செய்தது
உன்னை

கோபத்துக்கு ஒரு அளவில்லையா
இப்படியா வாகனங்கள் விரையும்
நெடுஞ்சாலையில் வைத்துவிட்டுப் போவாய்

நொறுங்கப்போவதை எண்ணியெண்ணி
தூர நின்று நான் கலங்க வேண்டும்
அவ்வளவுதானே

உனக்குமில்லையா
அது

ஏன் இப்படி
எல்லா முத்தங்களையும்
கசப்பாக்குகிறாய்

வேறெதாவது
செய்திருக்கலாம்
நீ

உறுதி செய்யா அவதூறு

ஆவி பறக்கும் உலைநீர்க் கொதியாய்ப் பரபரத்து
குமிழ்களாகி வெடிக்கிறதுன் கோபம்
நிரூபணம் ஏதுமற்ற அனுமானத்தில்

சமன்கொள்ளாமல்
பழுத்த சூட்டுக்கோலுடன்
முகம் சிவக்க வர
திகிலில் தெருவிறங்கி ஓடும்
சிறு பிள்ளையாகிறேன்

கண்திறக்கா தெருநாய்க் குட்டிகளின் வாயில்
தாயின் முலைக்காம்புகளைப்
பொருத்தி நெகிழும் மனசா
சந்தேகச் சாத்தான்களுக்கென்
அங்கங்களை வெட்டித் தருகிறது

இன்னும் எப்பாறையில் சிரம் மோதி
கபாலம் நொறுங்க நிருபிக்கட்டுமென்
அமிர்த விஷமே

ஒளி

இந்த நட்ட நடு இரவில்
உன் அறைக்கதவைத்
தட்டி எழுப்பியிருக்கக் கூடாதுதான்
ஆனாலும் வேறு வழியில்லை

உண்மையெனும்
இந்த வட்ட வடிவ வெளிச்சத்தை
உன் கைகளில் தரவே நான் வந்தேன்

இப்போதைக்கு
இந்த வெண்ணிற ஒளி
உன்னறையில்
மிதந்தபடி இருக்கட்டும்

வருகிறேன்

நற்குறிப்பு

மூன்று முறைச் சீட்டெடுப்பிலும்
சம்மதம் சொன்ன தெய்வ சங்கல்பம்
சடாரி தொட்ட ஆசீர்வாதம்
பூர்வஜென்மத் தொடர்பு என்றெல்லாம்
கொண்டாடிக் கொண்டிருக்கையில்
புகைத்தெரித்து புண்ணாக்குகிறது
நின் செய்கைகள்

கோபம் கொள்ளக்கூட முடியா பாசத்தை
நெருப்புக் குழியிலும்
இறங்கி நடந்தோடுகிற வெஃகலை
இதயச் சுவரெங்கும்
ஓர் உருவே பலவாய்த் தீட்டி வைத்த
கண்காட்சியை
நித்ய அலுவலுக்கு முன் அதைப்
பார்த்துப் பார்த்துத் தொடங்கும் வினோதத்தை
இன்னும் பல பல பித்தை
எவ்விதம் புரிய வைக்கவெனத் தடுமாறுகிறேன்

எப்படி முளைக்கின்றன
கடைவாயின் ஓரங்களில் சிங்கப்பற்கள்

மூச்சுக்காற்றில் சில சமயம்
பீதியூட்டும் கவிச்சியின் வீச்சம்

சந்தேகத்தின் விலகலில்
ஒரு சொல் ரத்த விளாறாய்ச் சிராய்த்திழுக்க
முகத்தருகே சுகந்த சுவாசம் சிதற இழைகிறது
அத்தானெனும் மறு சொல்

மாறி மாறி உணர்வுகளைக் கடப்பது
எளிதாயில்லை

விளையாட்டான அலட்சியத்தால்
அரூப மௌனத்தால்
கன்றிப் போகும் காயங்களுடன்
நன்நம்பிக்கையின்
ஒரு சிட்டிகையுமின்றிக்
கலக்கமுற்றுத் துடிக்கிறேன் சில சமயம்

மன்னிப்பைக் கோரியதும்
உணர்ந்து நெஞ்சு புதைந்து குலுங்கியதும்
இனி உங்கள் திசை வழியே பயணமென
தீச்சுடரில் சத்தியமிட்டதும்
நீ மலர்த்திக்காட்டிய நற்குறிப்பின் சகுனங்கள்

தெளிவு

யாதொரு சம்சயமும் இல்லை
என்னையே எப்படி நான் சந்தேகிப்பேன்

கலவரத்தில் ஏன் வார்த்தைகளை
இறைக்கிறாய்

முதுமையிலும்
நடுங்கும் கரம்பற்றிக் கூட வரும்
ப்ரியத்தின் தாதல்லவா நமது

நாட்குறிப்பின்
ரத்தச் சகதிச் சேதிகளிலிருந்து
கவ்விய துயர் அது

கழிவிரகத்தில் தவித்தவனுக்குத்
தாயாகி தாதியுமாகி
வள்ளன்மையால் தயை செய்தவளே
அன்பின் கனம் தாளாமல்
பதறிய கேள்விகள் அவை

சுடுமணலில் ஊற்றிய நீராய்
ஆவியாவதென் கோபமென
இன்னுமா புரியவில்லை

அளவற்ற பாசத்துக்குச்
சூத்திரங்கள் ஏது

விழித்ததும்
வந்தனித்துக் காணும் திருவே
எப்போதுமென்னை இலகுவாக்கு
யாசித்து யாசித்து உன் வாசல் வரும்
வாக்கியங்களா தீங்கு செய்யும்

எந்த பிரார்த்தனையின் போதும்
நலம் வேண்டும் முதல் பெயரே
பிணக்கு விடுத்து
சதா உன் கனிவின் சொற்களால்
உயிர்ப்பித்தபடி இரு
வேறென்ன வரம் கேட்பேன் நான்

கதி பிசகிப் பின் சேர்ந்தது

கண்ணீரில் நைவேத்யம் செய்தபடி
எத்தனை கீர்த்தனைகள் பாடிக்கிடந்தேன்
உன் சந்நிதியில்

எங்குச் சென்றாய் இத்தனை காலம்
கொடுமையை அருளிவிட்டு

சுவடில்லா பாலையில்
குமைந்து விசும்பியதெல்லாம் அறுத்து வீசி
ரத்தப் பிசுபிசுப்பைத் துடைத்து சொஸ்த்தம் செய்து
இவ்வனத்துக்குள் இழுத்துவந்து மீட்டுகிறாய்

புறக்கணிப்பில் முதிர்ந்த பித்தெனைக்காண
சுற்றுச்சுவர் ஏறிக்குதித்து
இப்படியா வந்து சேர்வாய்
இந்த நடுவயதின் நாட்களில்

எப்போதுமிருந்ததில்லை
சோபைமிகு இச்சந்திப்பின் பரவசம்

மழையில் நனைந்து வந்த நாளில்
தலைதுவட்டி இன்சொல் தந்ததையும்
நோயுற்ற நாளில் அருகிருந்து
இதம் செய்யும் மருந்தாகி
சுகமாக்கியதையும் போல்
எத்தனையோ கமழ்கிறது

திகைத்துப் படர்ந்த சொற்களால் வசமிழந்து
தீண்டலின் வருடல்களில் சிலிர்த்தணைத்து
கூந்தலில் மகரந்தம் நுகர்ந்து
எனக்குப் பிடித்த இதழோர மச்சத்தில்
முத்திட்டுத் துவங்குதுன் அடவு

பெருமூச்சின் சர்ப்பச் சீறலோடு
இழையறாத உக்கிர மகிழ்வசைவுகளில்
கைவளைகளும் கன தனங்களும் குலுங்க
பிரிவின் வருஷங்களை
இறுகப்பற்றி நெரிக்கின்றன விரல்கள்

ஆஹா ஆஹா
நிற்காதே ராட்டினமே
சுழல் சுழல்

அப்படித்தான்
அப்படித்தான்
கண்ணே

விரகம் தணிய ஹா ஹாவென
உரக்கக் கத்தும் வாயில்
உதடுகள் பொருத்துகிறாய்

நிலைகொள்ளா வேகத்தின் முடிவில்
பார்வைக்குப் புலப்படாதொரு
அமிர்தப் பிரசன்னம்

பற்குறியும் நகக்குறியும் பதியும்
மூர்க்க இயங்கலில்
காமத்தழல் தணிய
மனம் கசிந்து தொழுகிறேன்

பாழில் வெறித்த ஏகாந்தத்தில்
தோய்ந்திருக்கின்றன நிமிடங்கள்

அதோ பார்
சன்னச்சிறகுடன்
பறந்து வருகிறதொரு பூஞ்சிட்டு

சரியாய் முறுக்கிய வீணையின் ஆழ்ந்த இசை
விரவுவதாயொரு உணர்வு

வா
என் ஊதலுக்கு வாய்த்த
வெதுவெதுப்பே
இப்படி மடிக்கு வா
இந்தா உன் செவ்வண்ணச் சிமிழில்
நான் தரும்
இன்னொரு ஆன்ம முத்தம்

இயலாமை

அணைக்காமல் போடப்பட்ட
சிகிரெட் துண்டு காலைச் சுட
எரிச்சல் சகித்து உடனே
வெக்கையின் உக்கிரத்தில் வியர்வை வழிய
சாலை சந்திப்பில்
சமிக்ஞை விளக்குக்காய் காத்திருக்கும்
என் மகிழுந்து நோக்கி ஓடி வருகிறாய்
மகள் வயதொத்த நீ

கார்க் கண்ணாடியை
வேக வேகமாய்த் துடைக்கும் கரங்கள்
ஏதோ துணி வாங்கச் சொல்லித் தட்ட
எதுவும் வேண்டாமென
உனக்குப் பணம் தர கைப்பையைத் திறக்கிறேன்
அதற்குள் நான் அமர்ந்திருக்கும்
கதவருகே தரை தொட்டு வணங்கி நிமிர்கிறாய்
அய்யோ கடவுளே

பணமெடுத்துத் திரும்ப
பச்சை விளக்குக்காய்
திடுக்கென உலுக்கி
வண்டியை வேகமாய் நகர்த்திவிட்டார்
ஓட்டுனர்

நிற்கும் சூழல் இல்லை

பின்னால் நீ ஓடி வருவது பதைக்கிறது
தரையிலே போடவும் வழியில்லை

ஏதோ ஒரு குற்ற உணர்வின் அதிர்வில்
போய்க்கொண்டிருக்கிறது வண்டி

பல்லாண்டு

இருப்பின் பூரணத்தால்
கணங்களை மலர்த்தி
ஒளியூட்டும் உனக்கு
இன்று மேலும் ஒரு வயது

வாழ்த்தின் திரட்சியால் கோலமிட்டு
நினைவின் இனிதுகளால் தோரணம் கட்டி
நின் மனம் கவ்விய பாடல்களை
ஒலிக்கவிடுகிறேன்

அர்ச்சனை செய்து வந்த பின்
அனாதைக் குழந்தைகளுக்கு
உணவிட்டேன்

நுதலில் திலகமிட்டு
என்னுயிரின் நல்லதிர்வோடு
உணர்ச்சி கனக்கும்
ஆசீர்வாதச் சொற்களால்
அட்சதையிடுகிறேன்

உடலின் ஒரு பாகம் தொட்டால்
நெளிந்தோடி நாணமாய்
விதிர்த்துச் சிரிப்பாயே
அந்தச் சிரிப்பால்
நிரம்பட்டும் இந்நாள்

மலர்க் கொத்தாய் எனதன்பை ஏந்தி
உன் முன் நிற்க இயலவில்லை
வாசலில் இருக்கும் அந்த மரத்தைப் பார்
நின் இருப்பின் தயையில் பூத்துச் சிரிக்குமந்த
ஒற்றை மலர் நான்தான்

மெல்லுதட்டு மச்சத்தை இதழ்களால் ஸ்பரிஸித்த
உப்புச்சுவை கணங்களின் ஞாபகப் பிழற்றலோடு
வாழ்த்துகிறேன்

முத்த ருசியே
முத்திரை வாசகமே
நற்கருணைப் பேறே
உணர்ந்துருகிக்கிறங்கும் கானமே
ஆவேச மதமடக்கிய அங்குசமே
காட்டுமிராண்டி அன்பே
எப்போதும் என்னுள்ளிருக்கும் திருவே
இன்பத்தின் தாதே
என் மனக்குவளையில்
நிதம் நிரம்பும் அபூர்வப் பழரசமே

இன்று நீ கேட்கும் ஒலிகளிலெல்லாம்
என் வாழ்த்துக்களும் இணையட்டும்

மென்காற்று கோதி நீர்த் தலத்தில் அசையும்
அலை மடிப்புகளாய் நெகிழட்டும் இந்நாள்

நரைக்கத் தொடங்கியதற்கா
இப்படி விசனம் கொள்வாய்

துவர்ப்பின் ருசியையே
அதிகம் விரும்பும் மனம்
இப்படியா சலனம் கொள்ளும்

நீ அறியாததா
வயதின் பரிசல்லவா அது

விமோசனம் எனக்கீந்த தெய்வதமே
சின்ன சின்ன விஷயங்களுக்குக்
கவலைப்பட்டபடியும்
செல்லம் கொஞ்சியது போதாமலும்
உலகம் புரியா வெகுளியாயும்
இன்னும் இருக்கலாமா

பால் வீதியின் அபூர்வக் கோளே
ஏந்தித் தாங்க நானிருக்கையில்
சஞ்சலம் கொள்ளாதே எதற்கும்

என் கனவுகளின் இசைமையே
இன்னும் உயிர்ப்பாகட்டும்
இனி வரும் நாட்கள்

லயித்த ஆலாபனையில்
மிளிரட்டும் நின் பொழுதுகள்

சதா நலம் சுரந்து
பொலிந்து துலங்கட்டும்
உனக்கு நூறு நூறு

ஈஸ்வர் அல்லா தேரே நாம்

பெரும்பாலும் உழைப்பையே
முதலீடாய்க்கொண்டவர்கள்
எந்த அடக்குமுறைக்கும்
உடன் இலக்காகுபவர்களின் வரிசையில்தான்
நாங்களும்
எனினும் எங்கள் ஒற்றைச் சொல்
உங்களைப் பதற்றப்படுத்துகிறது
உடல் மொழியின் பதில் எரிச்சலூட்டுகிறது
ஒரு கலைப்படைப்பை
அரங்கேறவிடாமல் தடுக்கிறது
பதற்ற பயமூட்டி சகஜத்தை நெறிக்கிறது

இந்தத் தேசத்தின் பிரஜைகள்தானே
ஏன்
வேற்று நாட்டு அகதிகளைப்போல்
அலைக்கழிக்கிறீர்கள்

பொற்காலமென முழங்கி
அற்புத சாகஸமென நிகழ்த்திய
அத்தனை சூரத்தனங்களும்
பல்லிளிக்கத் தொடங்கிவிட்டன

வெறுப்பின் உச்சம்
எவ்வளவு அருவருக்கத்தக்க
செயல்களாக உருமாறுகின்றது

படுகொலைகளின்
நிகழ்விடத்திலிருந்தே
சத்யம் ஒளிரத் துவங்கிவிட்டது

நீங்கள் உருவாக்கிய பரிதாபத்திற்குரிய காலம்
முடிவுக்கு வரப்போவது கண்டு
ஏன் இப்படிக் கலக்கமுறுகிறீர்கள்
வெற்றியைப் போல்
தோல்வியையும் ஏந்திக்கொள்ளுங்கள்

இப்போதும் சொல்கிறோம்
நாங்கள் வேறு
சாதாரணர்கள்
வன்மம் தீர்க்கும் வெறுப்பேதும்
எங்களுக்கில்லை

எண்ணுவம் என்பது

தோலையே செருப்பாக்கிக் கிடந்தவனை
ஒரு அனாமதேயத்தின் அலர் தூற்றலுக்கா
இப்படிக் கேட்டீர்கள் எஜமானே

கேள்வி ஏதுமின்றி
இன்னொருவரிடம் விசாரித்ததே
நிலைகுலைவாயிற்று

யாரோடும் பகை கொள்ளலன் என் நெறி
தீங்குக்கும் அருளும் மனமே
வாரிசுக்கும் அப்படிப் பெயர் சூட்டியது

கிடக்கட்டும்

புது வாழ்வு தந்த பின்பு
ஏதொன்றும் மறைத்ததில்லை
எண்ணமுமில்லை

பூடகக் கேள்விகளுக்குப் பதிலாய்
சிரச்சேதம் மகிழ்வளித்திருக்கும்
அவ நம்பிகைக்கு அது மேலில்லையா

உங்கள் நலனும் சிரிப்புமே எண்ணி
வந்தனித்துக் கடத்திய
காலத்தின் விஸ்வாச பலன்
என்னைப் பூரிப்பாக்குகிறது

மறுபடியும்
நிம்மதியற்ற இரவுகள்

எல்லாம் மறந்துவிடென்று
நீங்கள் கைகுலுக்கி
அணைத்துச் சிந்திய ஒரு துளிக் கண்ணீர்
கடலாகிக் கிடக்கிறது முன்னே

எதை நான்
எடுத்துக்கொள்ள

ஏக இயலாது நெஞ்சு கனத்துத் தடுக்கும்
சத்திய அன்பின் பெயரால் கேட்கிறேன்
இனியொருமுறை இப்படி நிகழவேண்டாம்

நீர்மை பருகிய நிலமாகி இளகு

எப்படி என்ன என்றெல்லாம் கேட்டு
கெல்லி கெல்லி எனக்குத் திகிலூட்டாதே
இதுவரை கடந்தது போல
இதையும் கடந்துவிடமாட்டேனா

வரையறைகள் திட்டங்கள்
வைப்பு நிதி ஏதுமில்லை
வழியின் போக்கில் போகவிடு
கழிவிரக்கக்குழியில் தள்ளிவிட்டு
நீயும் நடுங்கிக்கிடக்காதே

ஆளரவமற்ற நள்ளிரவில் காற்று கோத
நட்சத்திரங்களை நாம் பார்க்கவில்லையா

காலைப்பனியின் ஊதலோடு
கடற்கரையில் சில பொழுது கழிந்ததே

சூல் கனத்த பூனை வந்துன்
மடிகிடக்கவில்லையா

அணில் குஞ்சுக்குப் பாலூட்டுகையில்
நரையோடித் தளர்ந்த மூதாட்டி
உன் தலை வருடி ஆசீர்வதிக்கவில்லையா

எதற்கும் உதவா பயத்தை ஏன்
சதா பற்றிக்கொண்டு திரிகிறாய்
விடைதெரியாததையெல்லாம்
கையில் வைத்துக்கொண்டு படபடக்கிறாய்

கண்முன்னே முறிந்து விழுந்தவை போல
முளைத்தெழுந்ததும் நடக்கவில்லையா

துக்கப்படவா நாம்
சிருஷ்டிக்கப்பட்டிருக்கிறோம்

அதக்கிக்கொண்டிருக்கும்
கசப்பேறிய காய்களைத் துப்பு

உன் அசட்டுப் பேழையில்
வைத்திருப்பதையெல்லாம்
கீழே கொட்டு

அதிசயமான காலங்களைக்
கனவுகளாக்கித் தருகிறேன்
நனவாகும்
அதில் போட்டு வை

நீர்மை பருகிய நிலமாகி
இளகு

போ
அதே குழந்தைமையோடு தூங்கப் போ
நாளை காலை
நான் நல்லொளியோடு
நம் இல்லம் வருவேன்
போ ஜானு
போ

உனை

குளிர்பதனப் பெட்டியில் வைக்கும் நீராய்
வைத்துவிட்டுத்தான் படுக்கச் சென்றேன்

இந்த வேகாத வெங்கோடையில்
காலை எழுந்து
பல்துலக்கி
அருந்துகையில்
அத்தனை சில்லிப்பு
அத்தனை இதம்
களுக் களுக்கென
விடைபெற்றது தாகம்
குடித்து முடித்ததும்
லேசான பூ வாசனையும்

விலக்கு

தொடைப் பஞ்சு அணைவுக்கு
அடங்காத உதிரப்பெருக்கால்
துயருருகிறாய்

இதச்சொற்கள் எரிச்சலாகி
இற்று விழுகின்றன

கைகளை இறுகப்பற்றிக்கொள்கிறேன்
கடுமையாய் நெறிக்கிறாய்
கலங்குகிறாய்
வலியில் திட்டுகிறாய்
அசூயையிக்கிறாய்

தவிதவிக்கும் உன்னிடம்
மிகுந்த சகிப்போடு
கனிவையெல்லாம் திரட்டி
சிறு முறுவலை மலர்த்த
பிரயாசைப்படுகிறேன்

துவண்ட முகமேந்தி
ஆறுதலாய் அணைக்கிறேன்

போடாவென மூர்க்கமாய்த் தள்ளுகிறாய்
தப்பிதப் புரிதலில்

துடித்துத் திமிற வைக்கும் இவ்வலியை
என்ன செய்துன் மனம் மாற்றுவேன்

இறுக்கத்தில் தெறிக்கிறது
இவ்விரவு

கண்ணீரைத்
துடைத்துவிடுகிறேன்

கொஞ்சம் பொறு சரியாகுமென
வெந்நீரோடு தருகிறேன்
இன்னொரு குளிகையை

சலிப்பாய் முகம் சுருக்கி
விழுங்குகிறாய்
மெதுவா மெதுவாவென
நெஞ்சை நீவுகிறேன்

சட்டென இரு கைகளால்
தலைமுடியைக் கொத்தாய் பிடித்துலுக்கி
செங்காந்தள் முகத்தோடு
முரட்டுத்தனமாய் முத்திட்டு
கன்னம் வலிக்கக் கடிக்கிறாய்

வலி குறைஞ்சிடுச்சா

இல்லையென்று கையசைத்து
மறுபடி
மடியில் தலை வைத்துச் சுருள்கிறாய்

திடீரென்று தூளியில் விழித்த குழந்தை
புரண்டு திரும்பி
கன்னங்குழியச் சிரிக்கிறது
கைகள் தட்டி

தந்தையென்று ஒரு நாய்

அனாதையாய் தெருவில்
தடுமாறி தடுமாறி விழுந்து நடந்த
சின்னஞ்சிறு நாய்க்குட்டியை
நெஞ்சில் அணைத்துத் தூக்கி வந்துவிட்டான்

பூனையாய் பம்மிப் பம்மி
கார்ஷெட்டில் வைத்துவிட்டு
அம்மாவின் கைப்பிடித்து இழுத்து வந்து காண்பித்து
அதற்குப் பால் கேட்கிறான்

தாயின் முலைகளில் கனிவின் பால்சுரக்க
ஒரு கையால் மகனின் தலைகோதி
மறு கையால் குட்டியை ஏந்திக்கொள்கிறாள்

காபி நிற வண்ணமும் கருவிழிகளுமாய்
மிருதுவான அதற்குப் பால் கொணர்ந்து ஊட்டி
பதமாய்க் கொஞ்சி வருடுகிறார்கள்
தாயும் மகனும்

நாமளே வளக்கலாமாம்மா என்று
ஆசையாய்க் கேட்டவனுக்கு
உஷ் அப்பா என்ற
இரு சொற்கள் சொல்லி
ஆள்காட்டி விரல் வைக்கிறாள்
தன் உதடுகளில்

யாருக்கும் தெரியாமல் ரகசியமாய்
குட்டியை அதன் தாயிடம் சேர்க்க
போய்க்கொண்டிருக்கிறார்கள்
இருவரும்

இந்த இரு குட்டிகள் போதாதா என் வாழ்வுக்கென
நாளிதழில் முகம் புதைத்துக்கொண்டிருந்தவன்
சற்றே தலை சாய்த்து பார்த்துக்கொண்டிருக்கிறான்
அவர்கள் போகும் திசையை

பாசம்

ஏதாவது
படித்துக்கொண்டிருக்கும்போது
மெல்லப் பதுங்கிவரும் பூனையாய்
தவழ்ந்துவந்து
மடியில் படுத்துக்கொள்வாய்
விரல் பற்றி இழுப்பாய்
ஏதேதோ பேசுவாய்

தட்டிக்கொடுத்தபடி
புத்தகத்திலோ இசையிலோ
மூழ்கிக்கிடப்பேன்
பதிலுக்கு ஏமாந்து கண்மூடியிருப்பாய்

நேரம் கிடைத்து
இப்போது பேச வருகிறேன்
பாடங்கள், வரைதல்,
முகநூல், கட்செவி அஞ்சலென
எப்போதும் எதிலோ மூழ்கிக்கிடக்கிறாய்

நயந்து கேட்டால்
போயேன்
எனக்கு வேலையிருக்கு ப்ளீஸ் என்று
தலை சாய்த்து கை நீட்டுகிறாய்

இன்னும்
எத்தனை காலம் வாசலுக்குவந்து
யாருமற்று வெறித்த இந்தச் சாலையைப்
பார்த்துக்கொண்டிருப்பேன் நான்

அனுமானத்துக்கப்பால்...

அத்தனை மாதங்கள் கடந்து
மகிழ்ச்சியின் மடி தேடி
அவ்வளவு கதைகளுடன்
ஆசையாய் ஓடி வந்தேன்
முன்பே நாம் திட்டமிட்டபடி

வந்ததும்
சைகையில் சொன்னாய்
மௌனவிரதமென

பிடித்த இனிப்புகள் பழங்களை
நீட்டினேன்
உபவாசமுமென எழுதிக்காட்டினாய்

விரும்பித்தொலைத்த நீயே
வதைக்கிறாயென
விழிவிளிம்பு கனக்க
இந்நாளை ஒரு பரதேசிக்கு
ஈந்து மலையேறினேன்

மந்தியொன்று தொடர்ந்தது
உனக்கென வாங்கிய
அர்ச்சனைத் தட்டை
அதற்குத் தந்தேன்
போத்தலில் இருந்த தண்ணீரையும்

என்ன செய்வதெனத்
தெரியாமல்
அந்த உச்சி மலைக்குகைக்குள் நின்று
உன் பெயரை உரக்கக்கத்தினேன்
பித்தனைப்போல்
அதுவும் எதிரொலித்தது
மும்முறை

நாளை நீ
என் செய்வாயோவென
இந்த சமணப் படுகையின்
தியான மூலையில்
கண்மூடி அமர்ந்திருக்கிறேன்
நு நு நு நு என்றொரு மந்திரம்
என்னுள் கேட்டபடியிருக்க

உதாசீனம்

கிறங்கி கிறங்கி
மனசெல்லாம் நிரம்ப
நானே செய்த ப்ரியத்தின் இனிப்பு
பின்னிரவுக்குப் பின்னும்
எறும்புகள் மொய்க்கக் கிடக்கிறது

ஓடி ஓடி நுகர்ந்து எடுத்து
பின் பிணக்கின்றி
வரிசையாய்த் திரும்பும் இந்த எறும்புகள்
என்ன சொல்கின்றன எனக்கெனப் புரியாமல்
கடவுளும் சாத்தானும் ஒருருவில் வாய்த்த உனக்காய்
சுவரோரம் தலைசாய்த்து அமர்ந்திருக்கிறேன்
வாசல்பக்கம் காதுகளைத் தீட்டி

பிணக்கு

தொடங்குதலிலெல்லாம் பிள்ளையார் சுழியானது
மகிழ்விலெல்லாம் நினைவுக்கு வரும் உணர்வு
கடிகாரத்தையே பறித்துக்கொண்டுவிட்ட உரிமை
வலியெல்லாம் குணமாக்கும் பரிமளத் தைலம்
எல்லாமும்தான்
ஆனால்
உணர்வுகளைப் புரிந்துகொள்ளாது
வலுவான காரணமின்றி
ஒப்புக்குச் சமாதானம் சொல்கிறது

அறிவுக்கு அனுபவத்துக்குத் தவறெனக் கண்டபின்
புலம்புமென் புலம்பலின் ஆழமறியாது
இன்னும் சிக்கலாக்குகிறது எதிர்வாதம்

காரண காரியங்களைப் பரிசீலிக்காது
இதில் என்ன இருக்கிறது என்கிறது
வடுக்களின் வலியறியாது

மறுதலித்தலில்
செறுமுது ப்ரியம்

செயலெல்லம் கூர்வாளாய்
அறுத்துச் சிதைக்கையில்
எதிரொலித்துக்கொண்டேயிருக்கிறது
தலையில் விண் விண்

கோயில் வாசலில்
வாங்கி வந்த வரமா சாமி
வாங்கி வந்த வரமா சாமி
என்று மறுபடி மறுபடி வெவ்வேறு விதமாய்
பிதற்றிக்கொண்டிருந்த
பித்தனின் வார்த்தையின் முன் நான்
அன்பு என்றொரு சொல்லைச்
சேர்த்து சொல்லிக்கொண்டே
விழியோரம் துடைத்து நடந்தேன்

கனம்

ஒப்பனையேற்றிய முகங்களுடன்
உள்ளங்கைகள் தட்டி கவனம் ஈர்த்துக் காசுகேட்கும்
இருவர் ஏறினர் தொடர் வண்டியில்
சிரசில் சூடிய பூச்சரங்களோடு

பெண்குரலின் விளிம்பிலும்
சன்ன மூக்கோசையோடும்
ஆண்குரலின் கனத்திலுமாக
ஊடாடிக் கேட்கும் அவர்கள் குரல்களால்
ஒருவித அசௌகரியம் பரவுகிறது
பயணிகளின் ஓர்மை கலைத்து

அருவருப்புகள் முகச்சுழிப்புகள்
ஒதுங்கல்கள் தலைக்குனியல்களுக்கு மத்தியில்
சேகரமாகின்றன பணமும் நாணயங்களும்
சில மனிதாபிமானக் கருணைகளால்

விடலையொருவன் குறுக்கில் தன் கால் நீட்டி
தடுக்கிவிழ வைக்கப் பார்க்க
எம்பிக் குதித்து நகர்கிறார்கள்
நாசமாப்போறவனேயெனச் சாபமிட்டு

வைத்திருந்த பழப்பை பிஸ்கட்களை எல்லாம்
மனம் கசிந்த பெரியவர் தர
மறுத்து பணம் வாங்கிக்கொள்கிறார்கள்

வடநாட்டுப்பெண் ஒருத்தி
பணம் தந்து ஆசீர்வதிக்கச்சொல்லி
குழந்தையை நீட்டுகையில்
கண்ணீர் தளும்புகிறது ஒரு திருநங்கைக்கு
அந்த நாளை இனிதாக்கிய குழந்தையின்
தலைதொட்டு ஆசீர்வதிக்கிறாள்
உதடுகள் முணுமுணுக்க
தனித்துழலும் வலி மறந்து

தொடர்வண்டி
பெருமூச்செடுத்துக் கிளம்புகிறது
மீண்டும்

பயணச்சீட்டுப் பரிசோதகரோடு வந்த காவலன்
ஏன் இதில ஏறினீங்கவென பிரம்பால் அடிக்க
ஓ என்று அலறுவோரை வாயிலடித்து விரட்டி
வாசல் பக்கத்துக் கழுவும் தொட்டியோரம் கீழே தள்ளி
வேகவேகமாய் மிதிக்கிறான் தன் பூட்சு காலால்

நாய்களா பணத்த எடுங்கடி
இல்ல ரிமாண்டுதானென மிரட்ட
பீதியும் பதைப்புமாய்
இரந்து பெற்ற சொற்பப் பணத்தையும்
தருகிறார்கள் நடுக்கமுற

தொடர்வண்டி நீண்டு வளைந்து குலுங்கிச் செல்ல
குற்றவுணர்வேதுமற்றவன்
வாசலில் புகைபிடித்தபடி நிற்கிறான் விதிகளை மீறி

எல்லாம் பார்த்த பின்னும்
கையறு நிலையில் நானும் ஒருவனாய்
கழிப்பறைக்குச் சென்று திரும்புகிறேன்

அவர்கள் விரும்பியதுதான் நடந்தது

எழுத்துக்களால் கனக்கும் துயரை இறக்கி வைக்க
காற்றும் வெளிச்சமும் நிறைந்த
சின்னஞ்சிறு வீடொன்றை வாங்க ஆசைப்பட்டேன்

பெரும் தொகையோடு
ஒருவன் வந்தால்
வழிவிடத்தானே வேண்டும்
நன்மதிப்பெல்லாம் வேலைக்காகுமா

வெறும் சொற்களை வைத்திருப்பவன்
இதற்கெல்லாம் ஆசைப்படலாமா

லௌகீக கனவு இருக்கலாமா
கோபம் விருப்பம் லட்சியம் கூடவே கூடாது

இயலாமையில் வளரும் செடிகளை
எத்தனை நாள் போஷிப்பது

கட்டிடத்தைவிட்டு வெளியே வந்தேன்
மறுபடி திரும்பிப் பார்க்க விரும்பவில்லை

தோல்வியை ஏன்
திரும்பத் திரும்பப் பார்க்க வேண்டும்

பக்கத்திலிருந்த பழச்சாறு கடையில்
எலுமிச்சைச் சாறு மட்டுமிருந்தது
குடித்தேன்
உப்பும் புளிப்பும் துவர்ப்புமாய்
இந்த ருசிகளுக்கும் தோல்விகளுக்கும்
சம்பந்தமில்லைதான்
ஆனால்
அப்படி உறுதியாகச் சொல்வதற்குமில்லை

வருகை

வந்து போன தடயத்துக்காய்
காணக்கிடைக்காத
மலர் ஒன்றை வைத்துச் செல்கிறார்
எப்போதும்

சந்தித்திருந்தால்
ஒரு கோப்பை தேநீர் தந்திருப்பேன்

வாய்க்கவில்லை

வரம் தர வரும்போதெல்லாம்
வீட்டைப் பூட்டிவிட்டு வெளியே
சென்றுவிட்டிருக்கிறேன்

திரும்ப வந்தாலும்
பெரிதாய் என்ன கேட்டுவிடப்போகிறேன்

இல்லாதது தெரிந்துதான்
அப்படி வருகிறாரோ என்று தோன்றினாலும்
நித்ய துன்பங்களுக்கிடையில்
வெளியேறுதலும் உள்வருதலுமான
அவரின் இந்த அலகிலா விளையாட்டு
பிடித்திருக்கிறது

காத்திருக்கிறேன்

சாஸ்வதம்

வேண்டுதல் நிறைவேற்ற
புண்ணிய தலம் வந்து
நீள் நெடுங்கோபுரம் தெரியும்
மொட்டை மாடியில் அமர்ந்திருக்கிறேன்
யாருமற்ற இவ்வேளையில்
நீ வசித்த வீடு
இது

ஆலமரத் தளிரிலைகள் பின்னால்
ஒளியூறிக்கிடக்கும்
முழு நிலா நாளின் முன்னிரவில்
மருத மலர்கள் சொரிந்து கிடக்கின்றன இங்கு

இளஞ்சிவப்புப் பூ போட்ட
உன் சுங்குடிப் புடவை போலவே இங்கே
மாடிக் கொடியில் ஆடுகிறதொரு புடவை

நாதஸ்வரத்தில் மிதந்து வந்த
காம்போதி அடங்கி
திருவாசகத்தில் உருகிக்கரைகிறது
ஓதுவார் குரல்

அருகிருக்கும் நந்தவனத்தில்
காற்றில் குலுங்கும்
மல்லிகைக் கொடியருகே
அசையும் செம்பருத்திப் பூக்கள்
பரிமளம் வீசும் நாகலிங்கத்தோடு
இன்னும் சில முதுமரங்கள்

குறுக்காக காதுகள் பிடித்தபடி
யாரோ ஒரு நடுவயதர்
விநாயகருக்குத் தோப்புக்கரணம் போடுகிறார்
கொடிக் கம்பம் அருகே
விழுந்து வணங்குகின்றனர் சிலர்

நீள் வெளியில் சிறகசைத்துச் செல்லும் கழுகு
தாழமுங்கி தாழமுங்கி உயர்கிறது
அடிவானத்தில் உருமாறும் மேகங்கள்

தலை நரைக்கா காலத்தின்
உணர்வுகள் கிளர்ந்தொளிர
மனவிழிகள் வாசிக்கும்
நாட்குறிப்பின் சம்பவங்கள்

களங்கமின்மையின் ஸ்படிகமாய் மாறி
உள்ளுணர்வின்படியே
என்றென்றும் வாழ்வோம்
அத்தானென நீ எழுதியவரிகள்
எத்தனை சாஸ்வதம் ஜானு

ப்ரியம் நெய்த துயரின் அடர்த்தி
வலிதோய்ந்த சந்தோஷமாகிறது

எனக்கே எனக்காய் முளைத்ததும்
தூரவே இருக்கும் அபாக்கியமெண்ணி
ஊமை கொண்ட துயரென
மென்வலிகவ்வுகையில்
அந்தப் புடவை அங்கே
மெல்ல ஆடிக்கொண்டேயிருக்கிறது

சம்ஹாரம்

வார்த்தைகளில்தான்
எல்லாமிருக்கிறது

எவ்விதக் கூச்சமுமற்று
பிரத்தியேக வெளியில்
நட்பின் பெயரால்
அத்துமீறி ஊர்ந்தன அவை
கம்பளிப்பூச்சிகளாய்

துரோகத்தின் கத்திகள்
எப்போதுமிருந்ததில்லை
என்னிடம்

கொதிக்கும் உலோகக்குழம்பாய்
வழிகிறது

சுரம்பாவிய சொற்களில்
மறைந்திருந்த அமிலம்
ஆவி பொங்க நெடியடிக்கிறது
தரை சிதறி

ஒரே வாயால்
உண்டு வெளியேற்றும்
வவ்வாலுக்கும் உனக்குமென்ன
வித்தியாசம்

ரகசியமாய் உள் பெட்டியில்
வந்துவிழுந்த கேடுகெட்ட
அந்த ஒற்றை வரியே
போதுமெனக்குப் புறமொதுக்க

இத்தனை குரூர ஆபாசத்தின்
கூடாரத்திலா இவ்வளவு நாளிருந்தாய்

குற்றத்தின் குறுகுறுப்பில்லா
வியாக்யானங்கள் எதற்கு

எல்லாவற்றையும்
மன்னிக்க நானென்ன கர்த்தரா

சண்டாளா
ஆகச்சிறந்த எதிரியைச்
சந்தித்துவிடலாம்
நட்புறவின் துரோகியைத்தான்

மனம் சோர்ந்து
ஓடக்கரையில் நடந்து
படித்துறை வந்தடைந்தேன்
சில்லென்று கொஞ்சம் கால்கள் நனைக்க

வஞ்சகனின் முகம் கிழிகிழியென
வேகமாய் மோதிமோதிச் சொல்கின்றன
வாஞ்சையாய் வருடிய அதே நீரலைகள் சீற்றமாய்

சீதனம்

உன் ஹம்ஸநாதத்தில்
அரை விழிப்பிலிருந்த பொழுது விடிகிறது
முந்தைய நாளின் கசடுகளைத் துடைத்தபடி

சஞ்சரி
எதுகுறித்தும் கவலைகொள்ளாது
சஞ்சரி

தலைவாருவதிலிருந்து
தாய் செய்யா பணிவிடையும்
சேர்த்துனக்கு நான் செய்வேன்

தேவனே தந்து சென்ற
மகளென்ற சீதனமே
பாடசாலைவிட்டு
மதியம்தோறும் வந்து பேசுகையில்
வற்றிக் காய்ந்த நிலத்தில் நீரூற்றி
எத்தனை விதைகள் விதைத்து
நிழல் தரும் தருக்கள் அடரவிட்டு
பறவைகளைப் பாடவைத்து
அணில்களை ஓடவிட்டு
தும்பிகளைப் பறக்கச் செய்கிறாய்

வாயாடு பின்
விளையாடு
எறியும் பந்தில் சரிகிறெதென்
வயது

தடைகளேதுமில்லா இவ்வீடு
உனதே
எங்கும் நுழைந்து விளையாடு

பொதுவெளியில் கவனம் கொள்
பங்கமேதும் வராமல்
வந்தாலும் உடனிருப்பேன்
விரல்கள் பற்றி

கரை நின்று அலைமோதுகையில்
காலடி மணல் இழுத்து
அலை செய்யும் விளையாட்டில்
நுரைக்கும் சிரிப்பைத் தொலைத்துவிடாதே

எதற்கும் கலங்காதே
தூங்கச்செய்ய கானமுண்டு
பாச இழைகளில் நெய்த
போர்வையுண்டு

அன்பின் நெகிழ்வே
மௌனத்தின் லிபியறியாது
கோபத்தில் பொதிந்த அன்புணராது
வேண்டாததற்கு வாதம் செய்யும்
உன் மூர்க்க அடமே
எனக்குத் துயரெனினும்
நீயில்லா நாளெல்லாம்
தனித்திருந்தே மருகும் மகளே

அதுவான தருணம்

கவிழ்த்து வைக்கப்பட்ட
நாட்களில் ஒன்றை நிமிர்த்தி
தன் குறும்புகளால் அலங்கரிக்கிறாள்
மாதமொருதடவை வரும் பேத்தி

அந்தி
பகலாகிறது

தேனாய் நிறைக்கிறாள்
வெறுமையை

தின்பண்டங்களும்
விளையாட்டுச் சாமான்களும்
இறைகின்றன

அழத் துடித்துக்கொண்டிருந்த பாட்டி
ஓடுகிறாள் அவள் துள்ளலின் பின்

ஒரு பருவத்திலிருந்து
இன்னொரு பருவத்துக்குச் செல்கிறார்
தாத்தா

குதூகலமாக மீளுகிறார்
அத்தைப்பாட்டி

மழலைமொழியை
உச்சரிக்கிறது வீடு

கடிகாரம் பார்த்தபடி
போதும் புறப்படலாம் என்கிறார்
எல்லாவற்றிற்கும் சிடுசிடுக்கும்
அவள் அப்பா

அவள் சென்றதும்
வெளியே வந்து
வானம் பார்க்கையில்
அவரே அதுவாகியிருந்தார் தாத்தா

பிரகார வெளியில் உ

மெய்மையோ
சுயம் தேடும் பிரக்ஞையோ சிறிதுமின்றி
வேஷங்கள் நிஜமென்று இன்பித்தே
போயிற்று பல காலம்

கேட்பவர்க்கெல்லாம்
மனத் திகைப்பெனினும்
வெகுளியின் உண்மையதை
நானன்றி யாரறிவார்

சாயல்களின் ஜிகினாக்கள் உதிர்ந்த பின்னும்
கடமை சுதர்மமெனப் பிணைக்கும்
அறுபடா விஷ வேர்கள்
தீயூழின் நகைப்போ

அண்ணாந்து பார்க்காதே
ச்சீ யென்ற இகழலில்
தளைவிடுத்து நிலை நீங்கு

எதற்கும் இனி திகைத்து நில்லாதே
சகல துர்ச் சூழலும் விட்டேகு

எதிர்பாராதொரு தேவ தருணத்தில்
உன் நல்லூழால்
ஆயுளுக்கும் இதம் செய்ய வந்து நீண்ட
அக்கரத்தைப் பற்றிக்கொள்
கலக்கமின்றிக் கரையேறு

பிள்ளையார் சுழியிலிருந்து
எல்லாம் துவங்கு புதிதாய்

இருள்மூட்ட விலகலின்
தன்னொளிர்வில் மலர்ந்தரும்பும்
உன் குறுநகையைக் காணத்தானே
அந்த வரதனும் காத்திருக்கிறான்
அச் சந்நிதியில்

குறிப்புகளுக்காக

ஆசிரியரின் பிற நூல்கள்

கவிதைத் தொகுதிகள்

1. ஒப்பனை முகங்கள், 1990, அன்னம் பதிப்பகம்
2. காத்திருப்பு, 1995, அன்னம் பதிப்பகம்
3. காலாதீத இடைவெளியில், 2000 மதி நிலையம்
4. சீம்பாலில் அருந்திய நஞ்சு, 2006, சந்தியா பதிப்பகம்
5. விதானத்துச் சித்திரம், 2017, போதி வனம்

ஆங்கில மொழிபெயர்ப்பு

6. That was a Different Season
   Selected Poetry of Ravisubramaniyan,
   English Translation – R. Rajagopalan – 2018, Authors Press

கட்டுரைத் தொகுதி

7. ஆளுமைகள் தருணங்கள், 2014, காலச்சுவடு பதிப்பகம்.